ਤੈਨੂੰ ਭੁੱਲ ਨਹੀਂ ਸਕਦਾ

ਦਵਿੰਦਰ ਸਿੰਘ ਸੰਘਾ

ਮਿਸਟਰ ਸਿੰਘ ਪਬਲੀਕੇਸ਼ਨ

Tenu Bhul Nhi Sakda

by **Davinder Singh Sangha**
Rajpur Bhayan , Distt- Hoshiarpur
Phone No:- 62834-83190
E-mail: sanghamuzix@gmail.com
Instagram: @artistsangha

ISBN: 978-81-987311-8-0
Rs. 249 /-
First Edition: 2025

Typing & Page Settings
Lovepreet Singh Giana
Mobile: 98551-29143

Published by

Mr. Singh Publication

Talwandi Sabo (Bathinda) – 151302
Mobile: 97809-07031
E-mail: mrsinghkitabghar@gmail.com
Instagram: @mrsinghkitabghar

Printed In India

ਸਮਰਪਿਤ

ਇਹ ਕਿਤਾਬ ਸਮਰਪਿਤ ਹੈ ਕੁਦਰਤ ਦੇ ਹਰ ਇੱਕ ਅੰਸ਼ ਨੂੰ ਜਿਸ ਨੇ ਤੇਨੂੰ ਸਿਰਜਿਆ। ਮੁਹੱਬਤਾਂ ਤੇ ਪਾਕ ਹੀ ਹੁੰਦੀਆ ਨੇ ਚਾਹੇ ਪੂਰੀਆਂ ਹੋਣ ਜਾਂ ਅਧੂਰੀਆਂ। ਕੁਝ ਅੱਖਰਾਂ ਦੇ ਸਹਾਰੇ ਮੈਂ ਤੇਨੂੰ ਬਿਆਨ ਕਰਾਂਗਾ ਪਰ ਮੇਰੀ ਨਿੱਕੀ ਜਿਹੀ ਕੋਸ਼ਿਸ਼ ਨੂੰ ਸਿਰ ਮੱਥੇ ਮੰਨੀ ਤੇ ਇੱਕ ਵਾਰ ਖਿੜੇ ਚਿਹਰੇ ਨਾਲ ਮੇਰੇ ਵੱਲ ਤੱਕੀ ਜਰੂਰ। ਜ਼ਿੰਦਗੀ ।

ਭੂਮਿਕਾ

ਲਫਜ਼ਾ ਦੀ ਇਹ ਦੁਨੀਆਂ ਬਹੁਤ ਹੀ ਖੂਬਸੂਰਤ ਹੈ ਤੇ ਇਹ ਬਹੁਤ ਕੁਝ ਬਿਆਨ ਕਰਦੀ ਹੈ ਮੈਂ ਓਸ ਕੁਦਰਤ ਦਾ ਓਸ ਅਕਾਲ ਪੁਰਖ ਦਾ ਛੋਟਾ ਜਿਹਾ ਅੰਸ਼ ਕੁਝ ਲਫਜ਼ਾ ਰਾਹੀ ਤੁਹਾਡੇ ਅੱਗੇ ਆਪਣੀ ਕਲਮ ਦੇ ਵਿਚਾਰ ਸਾਂਝੇ ਕਰਾਂਗਾ। ਮੈਂ ਦਵਿੰਦਰ ਸਿੰਘ ਇੱਕ ਛੋਟੇ ਜਿਹੇ ਪਿੰਡ ਦਾ ਰਹਿਣ ਵਾਲਾ ਇਕ ਮਿਡਲ ਕਲਾਸ ਵਰਗ ਦਾ ਕਿਸਾਨ ਤੇ ਇਕ ਕਲਕਾਰ ਜਦ ਮੈਂ ਆਪਦੇ ਸਕੂਲ ਚ ਸੀ ਮੈਂ ਸੋਚਦਾ ਸੀ ਕਿ ਸਿਰਫ਼ ਗਾਵਾਂਗਾ ਪਰ ਬੋਲਾਂ ਦੀ ਇਸ ਦੁਨੀਆਂ ਚ ਮੈਂ ਕਦੋ ਪੁੱਜ ਗਿਆ ਮੈਨੂੰ ਵੀ ਪਤਾ ਨਹੀਂ ਲੱਗਾ ਤੇ ਮੈਂ ਵੀ ਇਕ ਕਵੀ ਬਣ ਗਿਆ ਵਕ਼ਤ ਬਹੁਤ ਕੁਝ ਤਹਿ ਕਰਦਾ ਹੈ। ਪਹਿਲਾਂ ਮੈਨੂੰ ਲਗਦਾ ਸੀ ਕਿ ਲੋਕ ਕਿਵੇ ਸ਼ਬਦਾਂ ਚੋ ਦਿਲ ਦੀ ਰਮਜ਼ ਨੂੰ ਸਮਝਦੇ ਹੋਣਗੇ ਪਰ ਜਦ ਮੈਂ ਖੁਦ ਸ਼ਬਦਾਂ ਦੀ ਕਹਾਣੀ ਨੂੰ ਸਮਝਿਆ ਮੈਨੂੰ ਮਹਿਸੂਸ ਹੋਇਆ ਕਿ ਸ਼ਬਦ ਤਾਂ ਖ਼ੁਦ ਬੋਲਦੇ ਨੇ ਜਜ਼ਬਾਤਾਂ ਨੂੰ, ਖ਼ਿਆਲਾਂ ਨੂੰ ਤੇ ਸੁਫਨਿਆ ਨੂੰ। ਜਦ ਕਾਲਜ ਚ ਸੀ ਲਿਖਣਾ ਸ਼ੁਰੂ ਕੀਤਾ ਸ਼ਬਦਾ ਨਾਲ ਦੋਸਤੀ ਹੋਗੀ। ਇਹ ਬਹੁਤ ਪੱਕੇ ਦੋਸਤ ਬਣੇ ਬਹੁਤ ਲੋਕ ਜ਼ਿੰਦਗੀ ਚ ਆਏ ਤੇ ਗਏ ਪਰ ਇਹ ਸਥਿਰ ਰਹੇ ਹਰ ਪਲ ਹਰ ਸਾਹ। ਪਿੰਡ ਰਾਜਪੁਰ ਭਾਈਆਂ ਜਿਲਾ ਹੁਸ਼ਿਆਰਪੁਰ ਇਸ ਧਰਤ ਨੇ ਮੇਨੂ ਬਹੁਤ ਕੁਝ ਦਿੱਤਾ ਇਹ ਬੋਲ ਜੋ ਮੈਂ ਕਿਤਾਬ ਚ ਲਿਖ ਰਿਹਾ ਸਭ ਕੁਝ। ਇਸ ਕਿਤਾਬ ਚ ਮੁਹੱਬਤ ਦੇ ਉਹ ਪਲ ਲਿਖੇ ਨੇ ਜੋ ਕਿ ਹਰ ਇਨਸਾਨ ਦੀ ਜ਼ਿੰਦਗੀ ਦਾ ਹਿੱਸਾ ਹੁੰਦੇ ਨੇ ਹਰ ਇਕ ਦੁੱਖ ਸੁੱਖ ਓਸ ਰੱਬ ਦੀ ਬਖਸ਼ਿਸ਼ ਤੇ ਕੁਦਰਤ ਦੇ ਹਰ ਰੂਹਾਨੀ ਚਿਹਰੇ ਨੂੰ ਨਾਲ ਨਾਲ ਬਰਕਰਾਰ ਰੱਖਾਂਗਾ ਮੇਰੀ ਛੋਟੀ ਜਿਹੀ ਕਹਾਣੀ ਦਾ ਇਕ ਹਿੱਸਾ ਕੁਝ ਬੋਲਾਂ ਰਾਹੀ।

ਬਹੁਤ ਯਕੀਨ ਹੈ ਮੈਨੂੰ ਉਸ ਰੱਬ ਤੇ
ਭਲਾਂ ਰੱਬ ਤੇ ਯਕੀਨ ਕਰਨਾ ਵਾਲਾ ਵੀ ਡੋਲ ਸਕਦਾ
ਹਾਂ ਕਰਮਾਂ ਚ ਥੋੜਾ ਦੁੱਖ ਹੋਊ ਲਿਖਿਆ
ਮੈਂ ਫਿਰ ਵੀ ਤੇਰਾ ਮੈਨੂੰ ਕੋਲ ਰੱਖ ਲਾ
ਤੂੰ ਤੇ ਮੈਂ ਇੱਕ ਰੱਬ ਨੇ ਸੀ ਕੀਤੇ
ਤੂੰ ਹੀ ਦੱਸ ਰੱਬ ਕਦੇ ਝੂਠ ਥੋੜੀ ਬੋਲ ਸਕਦਾ

ਐਵੇਂ ਨਾ ਕਰੀ ਜਾਇਆ ਕਰ
ਲੋਕੀਂ ਤੇਰੀਆਂ ਕਦਰਾਂ ਗਵਾ ਜਾਂਦੇ ਨੇ
ਤੇਰੇ ਚਿਹਰੇ ਦੇ ਹਾਸੇ ਤੇ ਰੱਬ ਨੂੰ ਪਸੰਦ ਨੇ
ਆਉਂਦੇ ਜਾਂਦੇ ਮੁਸਾਫਰ ਤੈਨੂੰ ਰਵਾ ਜਾਂਦੇ ਨੇ
ਅਸਲ ਵਿੱਚ ਤੇਰੇ ਹੀ ਵੈਰੀ ਨੇ ਉਹ
ਭਾਵੇਂ ਤੇਰੀਆਂ ਸੋਹਾਂ ਖਾ ਜਾਂਦੇ ਨੇ
ਤੂੰ ਮੰਜ਼ਿਲ ਦਾ ਰਾਹ ਨਾ ਛੱਡੀ ਦਿਲਾਂ
ਚੰਗੇ ਮਾੜੇ ਦਿਨ ਤੇ ਹਰ ਇੱਕ ਤੇ ਆ ਜਾਂਦੇ ਨੇ

ਜਕੜਿਆਂ ਸੀ ਯਾਦਾਂ ਦਾ
ਵੇਖ ਅਜ਼ਾਦ ਹੋਗਿਆ
ਦੁਨੀਆਂ ਸੀ ਤੂੰ ਉਹਦੀ
ਕੱਲ੍ਹਾ ਤੇਰੇ ਬਾਅਦ ਹੋਗਿਆ
ਉਜਾੜਾ ਤੇ ਸਾਡਾ ਹੋਇਆ
ਤੇਰਾ ਸ਼ਹਿਰ ਤੇ ਆਬਾਦ ਹੋਗਿਆ
ਜਿਹਨੂੰ ਕਦੇ ਤੂੰ ਮੁਹੱਬਤ ਸੀ ਕੀਤੀ
ਮੁੰਡਾ ਉਹ ਬਰਬਾਦ ਹੋਗਿਆ

ਆਪਾਂ ਇੱਕ ਸੀ ਗੈਰ ਕਦੋਂ ਹੋਏ
ਮੈਨੂੰ ਕੀ ਪਤਾ
ਰੋਇਆ ਮੈਂ ਕੁਰਲਾਇਆ ਮੈਂ
ਉਹਨੂੰ ਨਹੀਂ ਪਿਆ ਫਰਕ ਰਤਾ
ਹਾਂ ਜਾਂਦੇ ਨੇ ਦੂਰ ਲੱਖ ਲੋਕੀ
ਦੱਸ ਜਾਂਦੀ ਸਾਡੀ ਕੀ ਸੀ ਖਤਾ

ਤੇਰੇ ਸ਼ਹਿਰ ਮੈਂ ਕਿੰਨੀ ਵਾਰ ਆਇਆ
ਤੇਰੀ ਦੀਦ ਲਈ ਤਰਸਿਆ ਹੋਇਆ ਮੈਂ
ਤੂੰ ਮਿਲੀ ਨਾ ਮੇਰੀ ਆਸ ਟੁੱਟੀ
ਬੇ ਘਰ ਤੇਰੇ ਪਿੱਛੇ ਹੋਇਆ ਮੈਂ
ਕੀ ਰੱਖਿਆ ਮੁਲਕ ਕਨੇਡਾ ਚ
ਜੋ ਤੈਨੂੰ ਮੋਹ ਕੇ ਲੈ ਗਿਆ
ਗੱਲ ਮੁੱਕਦੀ ਇੱਥੇ ਆਣ ਮੁੱਕੀ
ਮੈਂ ਤੇ ਰੋਂਦਾ ਰਹਿ ਗਿਆ

ਹੁੰਦੇ ਅੰਤ ਨੇ ਮਾੜੇ ਪਿਆਰਾਂ ਦੇ
ਹਾਲ ਮੰਦੜੇ ਹੁੰਦੇ ਯਾਰਾਂ ਦੇ
ਅੰਦਰੋਂ ਤਾਂ ਟੁੱਟੇ ਹੁੰਦੇ ਨੇ
ਹਾਸੇ ਸੋਹਣੇ ਨੇ ਕਲਾਕਾਰਾਂ ਦੇ
ਹੰਝੂ ਵਹਿੰਦੇ ਰਾਤ ਜਦ ਸ਼ਾਂਤ ਹੋਵੇ
ਬੰਦਾ ਟੁੱਟ ਸਕਦਾ ਇਕਾਂਤ ਹੋਵੇ
ਇੱਥੇ ਦੁੱਖ ਤੇ ਹਰ ਕੋਈ ਸੁਣ ਲੈਂਦਾ
ਚੈਨ ਮਿਲਦਾ ਜਦ ਦਿਹਾਂਤ ਹੋਵੇ

ਤੂੰ ਕਿਵੇਂ ਐ, ਕਿੱਥੇ ਐ ਅਤੇ ਕਿੱਦਾ ਐ
ਅੱਜ ਕੱਲ੍ਹ ਸੂਹਾਂ ਕੋਈ ਵੀ ਦਿੰਦਾ ਨਾ
ਗਮ ਬਹੁਤ ਸਮੋ ਗਿਆ ਦਿਲ ਚ
ਮੈਂ ਤੇਰੀ ਯਾਦ 'ਚ ਦਾਰੂ ਪੀਂਦਾ ਨਾ
ਬਹੁਤ ਸੋਹਣੇ ਸਿਲਦਾ ਸੀ ਸੂਟ ਜੋ ਤੇਰੇ
ਉਹ ਦਰਜੀ ਫੱਟ ਕਿਓ ਮੇਰੇ ਸੀਂਦਾ ਨਾ
ਬਿਨ ਰੂਹ ਦੇ ਘੁੰਮਦੀ ਲਾਸ਼ ਦੇਖੀ
ਤੇਰੇ ਬਾਅਦ ਮੈਂ ਸੱਚੀ ਜਿੰਦਾ ਨਾ

ਤੇਰੀ ਗਲਤੀ ਸੀ ਦਿਲਾ
ਕੋਈ ਅਣਜਾਣਾ ਥੋੜੀ ਸੀ
ਅਸੀਂ ਸਿਵਿਆਂ ਦੇ ਰਾਹ ਵੱਲ
ਜਾਣਾ ਥੋੜੀ ਸੀ
ਪਤਾ ਹੁੰਦਾ ਇੰਨੇ ਦੁੱਖ
ਇਹ ਇਸ਼ਕ ਐ ਦਿੰਦਾ
ਅਸੀਂ ਸੱਚੀ ਦਿਲ ਤੇਰੇ ਨਾਲ
ਲਾਉਣਾ ਥੋੜੀ ਸੀ

ਜਿਹੜੇ ਇੱਕ ਵਾਰ ਟੁੱਟ ਜਾਣ
ਉਹ ਪਹਿਲਾਂ ਵਰਗੇ ਕਦੇ ਨਹੀਂ ਹੋ ਸਕਦੇ
ਫਰਕ ਹੁੰਦਾ ਧਰਤੀ ਤੇ ਅਸਮਾਨ ਦਾ
ਪੈਰਾਂ ਚ ਰੁਲਦੇ ਕੋਲੇ ਗੁਲਾਬ ਨਹੀਂ ਹੋ ਸਕਦੇ
ਹਾਂ ਮੰਨਦਾ ਰੱਬਾ ਤੇਰੀ ਲਿਖਤ ਨੂੰ
ਮੇਰੀ ਕਿਸਮਤ ਚ ਪੂਰੇ ਖ਼ਾਬ ਨਹੀਂ ਹੋ ਸਕਦੇ

ਨਹੀਂ ਸੋਚਿਆ ਸੀ ਕਦੇ ਵੀ
ਇੰਨੀ ਮਾੜੀ ਆਖਿਰ ਹੋਵੇਗੀ
ਮੇਰੇ ਮੁਰਸ਼ਦ ਇੱਕ ਜਵਾਬ ਦੇ
ਕੀ ਉਹ ਮੇਰੇ ਬਾਅਦ ਰੋਵੇਗੀ
ਮੇਰੀ ਅੱਖ ਨੇ ਰਿਸ਼ਣਾ ਛੱਡਿਆ ਨੀ
ਕੀ ਉਹ ਚੈਨ ਨਾਲ ਸੌਂਏਗੀ
ਜਦ ਮੈਂ ਆਖਰੀ ਸਾਹ ਲੈਣਾ
ਕੀ ਉਹ ਮੇਰੇ ਕੋਲ਼ ਖੜੀ ਹੋਏਗੀ

ਕੀਤੀ ਆ ਸ਼ੈਤਾਨੀ ਉਹਨੇ
ਪਰ ਖੇਡੀ ਕੋਈ ਚਾਲ ਵੀ ਨਹੀਂ
ਰੂਹਾਂ ਭਟਕ ਰਹੀਆਂ ਨੇ ਦੋਹਾਂ ਦੀਆਂ
ਹੋਇਆ ਟੁੱਟੀ ਨੂੰ ਹਜੇ ਸਾਲ ਵੀ ਨਹੀਂ
ਉਹ ਅਕਸਰ ਮੇਰਾ ਪਤਾ ਲੈਂਦੀ ਸੀ
ਜਾਣੇ ਅਣਜਾਣੇ ਵਿੱਚ
ਹੁਣ ਚੇਤਾ ਉਹਨੂੰ ਮੇਰਾ ਹਾਲ ਵੀ ਨਹੀਂ

ਫ਼ਰਕ ਨੀ ਪੈਂਦਾ ਕਹਿਣ ਦੀਆਂ ਗੱਲਾਂ
ਜਦ ਸੱਜਣ ਪਿਆਰ 'ਚ ਲੁੱਟਦੇ ਨੇ
ਜਾਨਾਂ ਦੀ ਕੋਈ ਕੀਮਤ ਨੀ ਰਹਿੰਦੀ
ਜਦ ਦਿਲ ਹੱਡ ਤੋੜਨ ਵਾਲਿਆਂ ਦੇ ਟੁੱਟਦੇ ਨੇ

ਕਈ ਵਾਰ ਅਸੀਂ ਦਿਲ ਦੇ ਫੈਸਲੇ
ਦਿਮਾਗ ਤੋਂ ਲੈ ਲੈਣੇ ਆ
ਪਰ ਉਹਨਾਂ ਫੈਸਲਿਆਂ ਦੀ ਸਜ਼ਾ
ਦਿਲ ਨੂੰ ਭੁਗਤਨੀ ਪੈਂਦੀ ਆ
ਇਸ ਲਈ ਹਮੇਸ਼ਾ ਦਿਲ ਦੀ ਸੁਣੋ
ਕਿਉਂਕਿ ਦਿਲ ਕਦੇ ਸੋਚਦਾ ਨਹੀਂ
ਉਹ ਜਿੱਥੇ ਮਿਲਦਾ ਜਿਹਦੇ ਨਾਲ ਮਿਲਦਾ
ਰੱਬ ਦੀ ਮਰਜ਼ੀ ਨਾਲ ਮਿਲਦਾ
ਫਿਰ ਇੱਕ ਵਾਰ ਕਹਾਂ ਤਾਂ
ਦਿਲ ਕਦੇ ਸੋਚ ਨੀ ਸਕਦਾ

ਹਾਂ ਸਾਰੀ ਖਲਕਤ ਮੈਂ ਕਰਨੀ ਜਿਹਦੇ ਨਾਮ ਐ
ਉਹ ਹੈ ਮੇਰੇ ਬੇਬੇ ਨਾ ਸ਼ਖਸ ਕੋਈ ਆਮ ਐ
ਉਹ ਕਿਰਨ ਸੂਰਜ ਦੀ ਪਹਿਲੀ ਤੇ ਢਲਦੀ ਹੋਈ ਸ਼ਾਮ ਐ
ਰੱਬ ਰੂਪ ਮੇਰੀ ਬੇਬੇ ਨਾ ਸ਼ਖਸ ਕੋਈ ਆਮ ਐ
ਫਿਕਰ ਸਭ ਤੋਂ ਵੱਧ ਉਹਨੂੰ ਹੋਵੇ ਮੈਨੂੰ ਹੁੰਦਾ ਚਾਹੇ ਜ਼ੁਕਾਮ ਐ
ਮੇਰੀ ਤਾਂ ਉਹ ਜੰਨਤ ਨਾ ਸ਼ਖਸ ਕੋਈ ਆਮ ਐ

ਹਰ ਰੋਜ਼ ਦੀ ਤਰ੍ਹਾਂ ਤੈਨੂੰ
ਧਿਆਉਣਾ ਨੀ ਛੱਡ ਸਕਦਾ
ਸਭ ਕੁਝ ਭੁੱਲ ਜੂ ਤੇਰੇ ਲਈ
ਮੈਂ ਤੈਨੂੰ ਦਿਲ ਚੋਂ ਨਹੀਂ ਕੱਢ ਸਕਦਾ
ਕੋਈ ਕਿੱਦਾਂ ਸੋਚਦਾ ਸਾਡੇ ਬਾਰੇ
ਇਸ ਕਰਕੇ ਹੋ ਨਹੀਂ ਅੱਡ ਸਕਦਾ
ਹਾਂ ਜੀਣਾ ਛੱਡ ਦਿਉਂ ਬਿਨ ਤੇਰੇ
ਤੈਨੂੰ ਧਿਆਉਣਾ ਨਹੀਂ ਛੱਡ ਸਕਦਾ

ਇਸ ਦਿਲ ਨੇ ਸਵੇਰ ਦੀ
ਤੜਫਣ ਜਿਹੀ ਪਾਈ ਐ
ਖਿਆਲਾਂ ਨੇ ਸੱਚੀ ਅਜੀਬ
ਇੱਕ ਦੌੜ ਜਿਹੀ ਲਾਈ ਐ
ਸਦਰਾਂ ਨੇ ਵਿਚ ਜੰਨਤ ਦੇ
ਅੱਜ ਪੀਂਘ ਇੱਕ ਪਾਈ ਐ
ਤੂੰ ਜਿੱਥੇ ਆ ਜਿਵੇਂ
ਆ ਖੁਸ਼ ਮੇਰੇ ਯਾਰਾ
ਤੈਨੂੰ ਤੇਰੇ ਜਨਮਦਿਨ ਦੀ
ਬਹੁਤ-ਬਹੁਤ ਵਧਾਈ ਐ
ਤੂੰ ਹਸਦੀ ਰਹੀ, ਤੂੰ ਵਸਦੀ ਰਹੀ
ਰੁੱਤ ਨਵੀਂ ਫੁੱਲਾਂ ਤੇ ਆਈ ਐ
ਮਾਣੀ ਅੱਜ ਦਾ ਦਿਨ ਤੂੰ ਯਾਰਾ
ਤੈਨੂੰ ਜਨਮ ਦਿਨ ਦੀ ਵਧਾਈ ਐ

ਜੇ ਇੰਨੀ ਦੇਰ ਬਾਅਦ ਮਿਲੇ
ਦੋ ਪਲ ਕੋਲੇ ਬਹਿ ਤਾਂ ਸਹੀ
ਜਿਸ ਵਜ੍ਹਾ ਨਾਲ ਆਪਾਂ
ਵਿਛੜੇ ਸੀ ਦੋਵੇਂ
ਉਹ ਗੱਲ ਨੂੰ ਅਲਵਿਦਾ
ਕਹਿ ਤਾਂ ਸਹੀ
ਜੱਚਦਾ ਸੱਚੀ ਬਾਹਲਾ ਐ
ਨਾ ਮੂੰਹ ਤੋਂ ਮੇਰਾ ਲੈ ਤਾਂ ਸਹੀ
ਹੋ ਜਾਂਗੇ ਦੁਬਾਰਾ ਇੱਕੋ ਪਹਿਲਾਂ ਜਿਹੇ
ਦੋ ਪਲ ਤੂੰ ਕੋਲੇ ਬਹਿ ਤਾਂ ਸਹੀ

ਜਿੱਦਾਂ ਤੂੰ ਕਹੇਗੀ ਮਨਜ਼ੂਰ ਹੀ ਐ
ਸਾਨੂੰ ਇਸ਼ਕ ਤੇਰੇ ਦਾ ਨੀ ਫਿਤੂਰ ਹੀ ਐ
ਗੱਲ ਹਰ ਇੱਕ ਮੰਨਣੀ ਜਨਾਬ ਤੁਹਾਡੀ
ਤੇਰੇ ਹੋ ਗਏ ਇਸ ਗੱਲ ਦਾ ਗੁਰੂਰ ਹੀ ਐ
ਦੂਰ ਬਹੁਤਾ ਨਹੀਂਓ ਸ਼ਹਿਰ ਤੇਰਾ ਦੂਰੀ ਕਾਹਤੋਂ
ਡਰ ਮਾਪਿਆਂ ਦਾ ਯਾਰ ਮਜਬੂਰ ਵੀ ਐ
ਉਂਝ ਡਰਦੇ ਨਾ ਫੋਨ ਘਰੇ ਚੁੱਕਦੇ ਐ
ਗੱਲਾਂ ਮਿੱਠੀਆਂ ਦਾ ਦੋਵਾਂ ਨੂੰ ਸਰੂਰ ਹੀ ਐ

ਹੱਲ ਹੋਵੇ ਨਾ ਜੋ ਹਾਲ ਸਾਡੇ ਹੋ ਗਏ
ਛੱਡ ਦੁਨੀਆਂ ਨੂੰ ਯਾਰ ਬਸ ਦਿਸਦਾ ਹੈ
ਗਾਉਣ ਦਾ ਹੀ ਹੌਂਸਲਾ ਕਿਉਂ ਪੈਂਦਾ ਨਈਓ
ਤੇਰੇ ਬਾਰੇ ਦਿਲ ਬਹੁਤ ਕੁਝ ਲਿਖਦਾ ਹੈ

ਤੇਰੇ ਹੱਥ ਦੀਆਂ ਪੀਣੀਆਂ ਮੈਂ ਚਾਵਾਂ ਹੀਰੀਏ
ਤੇਰੇ ਨਾਲ ਤਹਿ ਕਰਨੀਆਂ ਰਾਵਾਂ ਹੀਰੀਏ
ਲੋਕ ਬਹੁਤ ਕੁਝ ਆਖਦੇ ਨੇ ਫਰਕ ਨਾ ਮੈਨੂੰ
ਤੇਰੇ ਖ਼ਵਾਬ ਤਾਂ ਹੀ ਰੋਜ਼ ਹੀ ਸਜਾਵਾਂ ਹਰੀਏ

ਤੂੰ ਹੀ ਦੱਸ ਤੈਥੋਂ ਦੂਰ ਕਿੱਦਾਂ ਰਹਿ ਸਕਦਾ
ਤੈਨੂੰ ਪਾਕ ਹਾਏ! ਮੁਹੱਬਤ ਮੈਂ ਕਹਿ ਸਕਦਾ
ਤੈਨੂੰ ਪਤਾ ਦਿਲ ਟਿਕ ਕੇ ਨਹੀਂ ਬਹਿ ਸਕਦਾ
ਜਜ਼ਬਾਤਾਂ ਅੱਗੇ ਥੋੜ੍ਹਾ ਮਜਬੂਰ ਵੀ ਐ
ਜਿੱਦਾਂ ਤੂੰ ਕਹੇਗੀ ਮਨਜ਼ੂਰ ਹੀ ਐ
ਤੇਰੇ ਹੋ ਗਏ ਇਸ ਗੱਲ ਦਾ ਗਰੂਰ ਹੀ ਐ
ਗੱਲ ਹਰ ਇੱਕ ਮੰਨਣੀ ਜਨਾਬ ਤੁਹਾਡੀ
ਸਾਨੂੰ ਇਸ਼ਕ ਤੇਰੇ ਦਾ ਨੀ ਫਿਤੂਰ ਹੀ ਐ

ਕਰ ਗਈ ਕੀ ਦੇਖ ਕੇ ਮੈਨੂੰ
ਮੈਂ ਮੇਰੇ ਜੋਗਾ ਰਿਹਾ ਨਹੀਂ
ਦਿਖਾ ਚੁੱਕਾ ਕਈ ਜੋਗੀਆਂ ਨੂੰ
ਮੈਨੂੰ ਫਰਕ ਰਤਾ ਵੀ ਪਿਆ ਨਹੀਂ
ਤੂੰ, ਤੂੰ ਹੀ ਆ ਤੂੰ, ਤੂੰ ਰਹੇਗੀ
ਤੈਨੂੰ ਹੋਰ 'ਚ ਮੈਂ ਕਦੇ ਤੱਕਿਆ ਨਹੀਂ
ਤੇਰੇ ਮੂੰਹ ਤੋਂ ਕਿਰਦੇ ਮੋਤੀ ਨੇ
ਮੈਂ ਹਿਸਾਬ ਜਿਨਾਂ ਦਾ ਰੱਖਿਆ ਨਹੀਂ
ਜਾਨ ਉੱਤੇ ਬਣ ਜਾਵੇ ਜਦ ਕੋਲ ਹੋਵੇ
ਸਾਹ ਸਾਹਾਂ ਨਾਲ ਮੇਰਾ ਫਿਰ ਰਲਦਾ ਨਹੀਂ

ਕਿਸੇ ਹੋਰ ਹੀ ਜਹਾਨ ਤੋਂ ਤੂੰ ਆਈ ਲੱਗੇ
ਜਿੱਦਾਂ ਮੂਰਤ ਕੋਈ ਹੁੰਦੀ ਕਿਸੇ ਹੂਰ ਦੀ ਐ
ਜਿੱਦਾਂ ਤੂੰ ਕਹੇਗੀ ਮਨਜ਼ੂਰ ਹੀ ਐ
ਤੇਰੇ ਹੋ ਗਏ ਇਸ ਗੱਲ ਦਾ ਗਰੂਰ ਹੀ ਐ
ਗੱਲ ਹਰ ਇੱਕ ਮੰਨਣੀ ਜਨਾਬ ਤੁਹਾਡੀ
ਸਾਨੂੰ ਇਸ਼ਕ ਤੇਰੇ ਦਾ ਨੀ ਫਤੂਰ ਹੀ ਐ

ਇੱਕ ਫੋਨ ਦੀ ਕਾਲ ਕੇ ਦੱਸੀ
ਚਾਹੇ ਫੇਰ ਫਰੇਵਾ ਪਾ ਕੇ ਦੱਸੀ
ਜਿਵੇਂ ਸ਼ਾਇਰ ਕੋਈ ਬੋਲਦਾ ਸ਼ਾਇਰੀ
ਕਹਾਣੀ ਵਾਂਗ ਤੂੰ ਬੋਲ ਬਣਾ ਕੇ ਦੱਸੀ
ਤੇਰਾ ਪੁੱਤ ਵੀ ਜਦ ਮੇਰੇ ਵਾਂਗਰ ਰੋਇਆ
ਮੈਂ ਸੁਣੂੰਗਾ ਤੇਰੀ ਮੈਨੂੰ ਆ ਕੇ ਦੱਸੀ

ਜਿਹਨੂੰ ਕੱਢਿਆ ਸੀ ਦਿਲ ਚੋਂ
ਉਹ ਅੱਜ ਵੀ ਵੇਖਦਾ ਰਾਹ
ਉਹਦੀ ਇੱਕੋ ਮੰਨਤ ਹੈ
ਤੂੰ ਜ਼ਿੰਦਗੀ ਵਿੱਚ ਮੁੜ ਆ
ਉਹਦੀ ਅੱਖਾਂ ਦਾ ਪਾਣੀ
ਤੇਰੇ ਪੈਰੀ ਆ ਪਿਆ
ਉਹਦੀ ਇੱਕੋ ਮੰਨਤ ਹੈ
ਤੂੰ ਜ਼ਿੰਦਗੀ ਵਿੱਚ ਮੁੜ ਆ
ਉਹਦੇ ਹੱਥਾਂ ਦੀ ਮਾਸੂਮੀਅਤ
ਤੇਰੇ ਨਾਲ ਸੀ ਉਹ ਜੁੜਿਆ
ਤੂੰ ਦੱਸੀ ਉਹਦੇ ਤੋਂ
ਇਸ਼ਕ ਵਿੱਚ ਕੀ ਸੀ ਹਾਏ ਥੁੜਿਆ
ਕਿੱਥੇ ਉਹ ਗਲਤ ਹੋਇਆ
ਉਹਦੀ ਚਾਹਤ ਤੂੰ ਹੀ ਸੀ
ਤੇਰੇ ਪਿੱਛੇ ਤੁਰਦਾ ਤੁਰਦਾ ਉਹ
ਫਿਰ ਘਰ ਵੀ ਨਾ ਮੁੜਿਆ

ਉਹਦੀ ਇੱਕੋ ਮੰਨਤ ਹੈ
ਤੂੰ ਜ਼ਿੰਦਗੀ ਵਿੱਚ ਮੁੜ ਆ
ਹਰ ਗੱਲ ਤੇ ਤੇਰਾ ਜ਼ਿਕਰ
ਉਹ ਅੱਜ ਵੀ ਕਰਦਾ ਹੈ
ਨਾ ਰੁਸੇ ਖਾਬਾਂ ਚ
ਉਹ ਸੌਣੋ ਡਰਦਾ ਹੈ
ਤੈਨੂੰ ਨਾ ਇਲਮ ਹੋਣਾ
ਸੰਘਾ ਪਲ ਪਲ ਮਰਦਾ ਹੈ
ਤੇਰੇ ਨਵਿਆਂ ਤੋਂ ਵੱਧ ਤੈਨੂੰ
ਮੁਹੱਬਤ ਕਰਦਾ ਹੈ
ਤੂੰ ਟਾਹਣੀ ਜਿਸ ਵਿੱਚ
ਜਾਨ ਹੈ ਉਹ ਕਮਲੇ ਦੀ
ਉਹ ਪੱਤੇ ਵਾਂਗੂੰ
ਨਾਜ਼ੁਕ ਜਿਹਾ ਤੇਰੇ ਨਾਲ ਹੈ ਜੁੜਿਆ

ਗੱਲ ਗੱਲ ਉੱਤੇ ਟਿਮ ਟਮਾਉਂਦੇ ਨੇ
ਨੈਣ ਤਾਰਿਆਂ ਦੇ ਵਾਂਗ ਸੌਂਦੇ ਨੇ
ਚਿਹਰਾ ਰੁੱਸੇ ਹੋਇਆ ਦਾ ਕਿੰਨਾ ਸੋਹਣਾ ਲੱਗਦਾ
ਵਾਂਗ ਬੱਚਿਆਂ ਦੇ ਮੂੰਹ ਬਣਾਉਂਦੇ ਨੇ

ਹੱਥ ਫੜ ਤੁਹਾਡਾ ਜ਼ਿੰਦਗੀ ਜੀਅ ਲੈਣੀ
ਸਹਾਰਿਆਂ ਦੀ ਨਾ ਲੋੜ ਪੈਣੀ
ਤੁਸੀਂ ਮਿਲਗੇ ਜੰਨਤ ਪਾ ਲਈ ਹੁਣ
ਹੋਰ ਕੀ ਸਾਨੂੰ ਥੋੜ ਰਹਿਣੀ

ਜਿੱਥੇ ਦਿਲ ਮਿਲਣ ਹੱਕ ਵੀ ਉਥੇ ਹੀ ਦਿੱਤੇ ਜਾਂਦੇ ਆ
ਰਾਹ ਜਾਂਦਿਆਂ ਤੇ ਯਕੀਨ ਭਲਾਂ ਕੌਣ ਕਰਦਾ
ਮੁਹੱਬਤ ਤਾਂ ਜਾਨ ਵੀ ਮੰਗ ਲੈਂਦੀ
ਨਹੀਂ ਦਿਖਾਵੇ ਲਈ ਸੱਚੀ ਕੌਣ ਮਰਦਾ
ਅਸੀਂ ਕਿੰਨੇ ਵਫਾਦਾਰ ਯਾਰ ਦੇ ਲਈ
ਗਵਾਹੀ ਪੌਣ ਭਰਦੀ ਗਵਾਹੀ ਚੰਨ ਭਰਦਾ
ਕੌਡੀਆਂ ਭਾਅ ਲੱਗੇ ਉਹਨੂੰ ਸਾਰੀ ਦੁਨੀਆਂ
ਜਿਹੜਾ ਇੱਕ ਯਾਰ ਨੂੰ ਪਿਆਰ ਕਰਦਾ
ਮੁਹੱਬਤ ਤਾਂ ਦਿਲਾਂ ਨੂੰ ਦਿਲਾਂ ਦੀ ਖਿੱਚ ਹੁੰਦੀ
ਦਿਮਾਗ ਲਾ ਮੁਹੱਬਤ ਕੌਣ ਕਰਦਾ

ਤੁਹਾਡਾ ਗੁੱਸਾ ਪਲ ਦੋ ਪਲ ਦਾ ਜੋ
ਇਸ ਪਾਗਲ ਨੂੰ ਹੈ ਝੱਲਦਾ ਜੋ
ਮੈਂ ਸ਼ੁਕਰ ਗੁਜ਼ਾਰ ਉਸ ਅੱਲਾ ਦਾ
ਸਮਾਂ ਇੰਨਾਂ ਵਧੀਆ ਚੱਲਦਾ ਜੋ

ਜਿੱਥੇ ਤੂੰ ਮਿਲੇ ਪਲ ਤਾਂ ਉਹੀ ਹੁੰਦਾ
ਜਿੱਥੇ ਰੂਹ ਮਿਲੇ ਪਿਆਰ ਤਾਂ ਉਹੀ ਹੁੰਦਾ
ਬਿਨਾਂ ਬੋਲਿਆ ਸਮਝੇ ਦੁੱਖ ਸੁੱਖ ਜੋ ਸਾਰੇ
ਖੁਦਾ ਵਰਗਾ ਯਾਰ ਤਾਂ ਉਹੀ ਹੁੰਦਾ
ਦੂਰੀ ਲੱਖ ਪੈ ਜੇ ਪਿਆਰ ਘਟੇ ਨਾ ਕਦੇ
ਜੱਗ ਉੱਤੇ ਸੱਚਾ ਪਿਆਰ ਤਾਂ ਉਹੀ ਹੁੰਦਾ

ਮੈਨੂੰ ਸਮਝ ਨਹੀਂ ਆਈ ਓਸ ਚੰਦਰੀ ਦੀ
ਯਕੀਨ ਉਹਦੇ ਮੇਰੇ 'ਚ ਜਾਂ ਸੋਹਾਂ ਵਿੱਚ ਸੀ
ਲੱਭ ਲਿਆ ਸਮੁੰਦਰ ਹੰਝੂਆਂ ਦਾ ਪੀਕੇ
ਸ਼ਵਾਬ ਤੇ ਉਹਦਾ ਚੋਆਂ ਵਿੱਚ ਸੀ
ਦੁਨੀਆਂ ਨੇ ਤਮਾਸ਼ਾ ਦੇਖ
ਮੁਹੱਬਤ ਦਾ ਮਜ਼ਾਕ ਬਣਾਇਆ
ਪਰ ਗੱਲ ਤਾਂ ਸਾਡੇ ਦੋਹਾਂ ਵਿੱਚ ਸੀ

ਜੇਬ ਤੇ ਅਮੀਰਾਂ ਦੀ ਹੁੰਦੀ ਆ ਦਿਲਾ
ਗਰੀਬ ਨੂੰ ਤੇ ਜੇਬ ਲਵਾਉਣ ਲਈ ਵੀ ਪੈਸਾ ਚਾਹੀਦਾ
ਬਾਅਦ ਚ ਔਕਾਤ ਨਹੀਂ ਨਾਪੀਦੀ ਪਿਆਰ ਦੀ
ਪਹਿਲਾਂ ਹੀ ਸੋਚ ਸਮਝ ਕੇ ਦਿਲ ਲਾਈਦਾ
ਹਾਂ ਸਿਖ ਵੀ ਲਿਆ ਤੇ ਸਮਝ ਵੀ
ਕਿੰਝ ਸਿਖ਼ਰਾਂ ਤੇ ਚੜਿਆ ਪਿਆਰ ਗਵਾਈਦਾ
ਜਦ ਦਿਲ ਚ ਆਪਣੀ ਖਵਾਹਿਸ਼ ਮਰਜੇ
ਛੇੜ- ਛੇੜ ਕੇ ਆਸ਼ਿਕ ਨਹੀਂ ਰੁਵਾਈਦਾ

ਕਿਤੇ ਨਾ ਕਿਤੇ ਓਹਦੇ ਲਈ ਰੁਕ ਰਿਹਾ ਮੈਂ
ਤੇਰੇ ਨਾਲ ਮੇਰੀ ਜ਼ਿੰਦਗੀ ਸੀ
ਵਾਪਿਸ ਆਜਾ ਮੁੱਕ ਰਿਹਾ ਮੈਂ
ਤੇਰੇ ਅੱਗੇ ਤੇਰੇ ਆਪਣਿਆਂ ਅੱਗੇ
ਹਰ ਓਸ ਵਾਅਦੇ ਅੱਗੇ ਝੁਕ ਰਿਹਾ ਮੈਂ
ਜ਼ਿੰਦਗੀ ਹਰੀ ਭਰੀ ਸੀ ਤੇਰੇ ਨਾਲ
ਪਰ ਹੁਣ ਪਲ–ਪਲ ਲਈ ਸੁਕ ਰਿਹਾ ਮੈਂ

ਜੜੀ ਫਰੇਮ 'ਚ ਫੋਟੋ ਤੇਰੀ
ਰੱਬ ਦੇ ਵਾਂਗ ਹੀ ਪੂਜਦਾ ਮੈਂ
ਤੂੰ ਨਾ ਜਾਣੀ ਸਾਰ ਮੇਰੀ
ਰਿਹਾ ਮੌਤ ਦੇ ਨਾਲ ਵੀ ਜੂਝਦਾ ਮੈਂ
ਫੋਟੋ ਚੋ ਰਹਿੰਦੀ ਵੇਖਦੀ ਮੈਨੂੰ
ਰੋਂਦੇ ਤੇ ਕੁਰਲਾਉਂਦੇ ਨੂੰ
ਇੱਕ ਦੇਣਾ ਸੀ ਜਵਾਬ ਮੈਨੂੰ
ਕਿਓਂ ਮਾਰ ਦਿੱਤਾ ਮੈਨੂੰ ਜਿਉਂਦੇ ਨੂੰ

ਹਾਂ ਮੈਂ ਤੈਨੂੰ ਭੁੱਲ ਰਿਹਾਂ
ਸਾਡਾ ਰਾਜ਼ ਦੋਵਾਂ ਦਾ ਖੁੱਲ ਰਿਹਾ
ਮੇਰਾ ਪਿਆਰ ਕੌਡੀਆਂ ਭਾਅ ਵਿਕਿਆ
ਹੁਣ ਮੇਰਾ ਨਾ ਕੋਈ ਮੁੱਲ ਰਿਹਾ
ਪਾਗ਼ਲ ਮੁੱਢ ਤੋਂ ਸੀ ਜਾਂ ਤੂੰ ਕੀਤਾ
ਲੰਘਦੇ ਦਿਨਾਂ ਨਾਲ ਝੱਖੜ ਝੁੱਲ ਰਿਹਾ
ਬਾਕੀ ਮੁੱਕਦੀ ਇੱਕ ਮੁਕਾ ਦੇਵਾਂ
ਤੈਨੂੰ ਭੁੱਲਿਆ ਨੀ ਹਲੇ ਭੁੱਲ ਰਿਹਾਂ

ਦੇਖ ਅੱਖ ਦੀ ਲਾਲੀ ਬੇਬੇ ਨੇ ਸਵਾਲ ਕੀਤਾ
ਮੈਂ ਕਿਹਾ ਬੇਬੇ ਮੇਰੇ ਕੋਲੋ ਮਾੜੀ ਜਿਹੀ ਮਲੀ ਗਈ
ਉਹਨੇ ਪੁੱਛਿਆ ਕਿੱਥੇ ਗਿਆ ਨੂਰ ਤੇਰੇ ਚੇਹਰੇ ਦਾ
ਕਹਿੰਦੀ ਕਿਉ ਮੁਰਝਾ ਇਹ ਮੇਰੇ ਬਾਗ਼ ਦੀ ਕਲੀ ਗਈ
ਅੱਖ ਨੇ ਦੁੱਖ ਨਾ ਰੋਕਿਆ ਹੰਝੂ ਸੱਚ ਬੋਲ ਗਏ
ਜਿਨੂੰ ਜ਼ਿੰਦਗੀ ਸਮਝਿਆ ਜ਼ਿੰਦਗੀ ਵਿੱਚੋਂ ਚਲੀ ਗਈ
ਘੱਟ ਬੋਲਦੇ ਅੱਖ਼ਰ ਮੇਰੇ
ਹਲੇ ਪੁਸਤਕ ਵਿੱਚ ਹੀ ਘੁੱਟੇ ਹੋਏ ਆ
ਕਿੰਝ ਦੱਸੀਏ ਦੁਨਿਆਂ ਨੂੰ
ਅਸੀ ਆਪਣੀਆਂ ਦੇ ਹੀ ਲੁੱਟੇ ਹੋਏ ਆ

ਆਸ਼ਕਾ ਡੂੰਘੇ ਸਾਗਰਾਂ ਵਿੱਚ ਨੀ ਡੁੱਬਦਾ ਤੂੰ
ਤੇਰੇ ਅੱਖਾਂ ਦਾ ਪਾਣੀ ਹੀ ਬਹੁਤ ਐ
ਤੂੰ ਰੋ ਲੇ ਕੁਰਲਾ ਲੈ 'ਕੱਲਾ ਬਹਿ ਕੇ
ਅਖੀਰ ਤੇਰੀ ਕੁਝ ਹੋਰ ਨੀ ਮੌਤ ਐ
ਲੱਖ ਸਮਝਾਇਆ ਮੁਹੱਬਤ ਨਾ ਕਰ
ਤੂੰ ਕਹਿੰਦਾ ਸੀ ਮੇਰਾ ਲੋਟ ਐ
ਹੁਣ ਸੱਟ ਵੱਜੀ ਚਲ ਸਹਿ ਲਾ
ਆਏਗੀ ਮੁੜਕੇ ਤੇਰਾ ਯਕੀਨ ਬਹੁਤ ਐ

ਨਾ ਕੁੱਝ ਖਾਦਾ ਨਾ ਕੁਝ ਪੀਤਾ
ਫੇਰ ਵੀ ਮੈ ਮੁਕਦਾ ਕਿਓਂ ਨੀ
ਰੋਜ਼ ਤੇਜਾਬ ਪਾਉਣਾ ਇਸ ਰੁੱਖ ਹੇਠਾਂ
ਇਹ ਸੁਕਦਾ ਕਿਓਂ ਨੀ
ਹੰਝੂ ਸਮੇਟਾਂ ਤੇ ਕਿੰਝ ਸਮੇਟਾਂ
ਪਾਣੀ ਅੱਖਾਂ ਚੋ ਰੁਕਦਾ ਕਿਓਂ ਨੀ
ਗੁਝਾ ਦੁੱਖ ਬਹੁਤ ਲੁੱਕੋਂ ਉਂਦਾ ਮੈ
ਮੇਰੇ ਤੋ ਇਹ ਲੁਕਦਾ ਕਿਓਂ ਨੀ
ਮੁਹਬੱਤ ਕਦੇ ਮਨਜ਼ੂਰ ਨੀ ਕਰਦਾ
ਜਹਾਨ ਇਹ ਚੰਦਰਾ ਝੁਕਦਾ ਕਿਓਂ ਨੀ

ਮੁਲਾਕਾਤ ਅਧੂਰੀ ਰਹਿ ਗਈ
ਚੱਲ ਅਗਲੇ ਜਨਮ ਚ ਪੂਰੀ ਹਊਗੀ
ਜਿਨੂੰ ਦੂਰੀ ਦਾ ਦੁੱਖ ਆ
ਅੱਖ ਤੇ ਉਹਦੀ ਰੋਊਗੀ
ਮੈਂ ਮੁਹੱਬਤ ਨੂੰ ਬਦਨਾਮ ਨੀ ਕਰਨਾ
ਮੇਰੀ ਸਚਾਈ ਮੇਰੀ ਗਵਾਹੀ ਦਾਊਗੀ
ਤੂੰ ਛੱਡ ਜਰੂਰ ਦਿੱਤਾ ਪਰ ਦੱਸ ਮੇਨੂ
ਇਹ ਵਗਦੀ ਅੱਖ ਕਿੱਦਾ ਸਊਗੀ

ਕੁਝ ਚੱਲਦਾ ਦਿਲ ਵਿੱਚ ਹੋਰ ਉਹਦੇ
ਇਹ ਕਿੰਝ ਕਹਿ ਸਕਦਾ ਮੈਂ
ਹੈ ਯਕੀਨ ਮੈਨੂੰ ਮੁਹੱਬਤ ਮੇਰੀ ਮੈਨੂੰ ਈ ਚਾਉਂਦੀ ਹੈ
ਕਦੇ ਗਾਉਂਦੀ ਮਿੱਠੀਆਂ ਕਲੀਆਂ
ਓਹਦਾ ਕੁਝ ਬੋਲ ਵੀ ਗਹਿਰਾ
ਕਦੇ ਬਣ ਹੋਣੀ ਮੇਰੇ ਲਈ
ਚੰਦਰੀ ਵੈਣ ਵੀ ਪਾਉਂਦੀ ਐ
ਮੇਰੇ ਲਈ ਸੁਖਦੀ ਸੁਖਾਂ
ਮੇਰੇ ਓਹ ਵਜ੍ਹਾ ਹੈ ਜੀਣੇ ਦੀ
ਕਦੇ ਲਗਦਾ ਸਿਵੇ ਮੇਰੇ ਤੇ
ਹੱਥ ਓਹ ਸੇਕਣਾ ਚਾਉਂਦੀ ਹੈ

ਇੱਕ ਤਰਫ਼ਾ ਟੁੱਟਣਾ ਲਾਜ਼ਮੀ ਸੀ
ਮਿਲਿਆ ਯਾਰ ਗਵਾਉਣਾ ਸੌਖਾ ਨਹੀਂ
ਇੱਥੇ ਆਣ ਕੇ ਮਾਰ ਪਾਉਂਦੀ ਮਜ਼ਬੂਰੀ
ਕੋਈ ਸੱਜਣ ਦਿੰਦਾ ਧੋਖਾ ਨਹੀਂ
ਜੀਣਾ ਉਮਰਾਂ ਲਈ ਵਾਅਦੇ ਟੁੱਟ ਜਾਂਦੇ
ਲੈਣਾ ਸਾਹ ਵੀ ਹੋਜੇ ਔਖਾ ਨਹੀਂ
ਇੰਝ ਲਗਦਾ ਰੁੱਗ ਕੋਈ ਭਰ ਲੈ ਗਿਆ
ਮੇਰੇ ਸੀਨੇ ਵਿੱਚੋਂ ਚੋਖ਼ਾ ਨਹੀਂ
ਦੌਲਤ ਸ਼ੋਹਰਤ ਇੱਜ਼ਤ ਜਾਵੇ
ਮਿਲਿਆ ਯਾਰ ਗਵਾਉਣਾ ਸੌਖਾ ਨਹੀਂ

ਜਦ ਪੁੱਛੇ ਕੋਈ ਪਹਿਚਾਣ ਮੇਰੀ
ਮੈ ਤੇਰੇ ਵੱਲ ਝਾਕ ਦੇਵਾਂ
ਨਜ਼ਰ ਨਾ ਲੱਗਜੇ ਇਸ਼ਕ ਸਾਡੇ ਨੂੰ
ਬੰਨ੍ਹ ਗੁੱਟ ਪੀਰਾਂ ਦੀ ਰਾਖ ਦੇਵਾਂ
ਅਕਸਰ ਇੱਕ ਸਵਾਲ ਮਨ ਆਉਂਦਾ
ਕਿ ਮੈਂ ਤੈਨੂੰ ਜ਼ਿੰਦਗੀ ਆਖ ਦੇਵਾਂ

ਏਨੀ ਖੁਸ਼ੀ ਦਿਊਗਾ ਬਹਾਨਾ ਨੀ ਮਿਲਦਾ ਰੋਣ ਦਾ
ਰਮਜ ਜਾਣ ਲਈਏ ਇਕ ਦੂਜੇ ਦੀ ਆਪਾ
ਆਉਣਾ ਆਨੰਦ ਆ ਜਿੰਦਗੀ ਜਿਓਣ ਦਾ
ਉਮਰਾਂ ਦਾ ਸਾਥੀ ਬਣਕੇ ਰਹੂੰਗਾ
ਤੂੰ ਵੀ ਮੇਰੀ ਮਾਂ ਵਰਗੀ ਬਣਜਾ
ਤਾਂ ਜੋ ਮੈਨੂੰ ਡਰ ਨਾ ਹੋਵੇ ਤੇਨੂੰ ਖੋਣ ਦਾ

ਇਸ਼ਕ ਤਾਂ ਇੱਕ ਵਾਰ ਹੋਣਾ ਸੀ
ਨਾ ਨੀਂਦ ਸੀ ਆਈ ਸੀ ਚਾਅ ਅਵੱਲਾ
ਗੱਲ ਓਸ ਉਮਰ ਦੀ ਜਦ ਪਿਆਰ ਹੋਣਾ ਸੀ
ਜਿੰਦ ਕੱਚੀ ਸੀ ਹਜੇ ਫੁੱਲਾਂ ਵਰਗੀ
ਸੋਹਲ ਸੁਪਨਿਆ ਉੱਤੇ ਵਾਰ ਹੋਣਾ ਸੀ
ਪੀਘ ਤੇ ਪਾਈ ਸਦਰਾਂ ਦੀ ਰੂਹ ਤੋ
ਛੱਡ ਕੀ ਦੱਸਾ ਖੱਜਲ ਖਵਾਰ ਹੋਣਾ ਸੀ
ਉਹਦੇ ਨਾਲ ਸਾਡਾ ਮੋਹ ਵੀ ਤੁਰਗਿਆ ਨਾਲ਼ੇ
ਇਸ਼ਕ਼ ਤਾਂ ਬਸ ਇਕ ਵਾਰ ਹੋਣਾ ਸੀ

ਬਹੁਤੀ ਵਫ਼ਾ ਨੀ ਕੀਤੀ ਇਸ ਸ਼ਹਿਰ ਨੇ
ਮਿਲਾਂਗੇ ਧਰਤ ਕਿਸੇ ਹੋਰ ਤੇ
ਨਾਲੇ ਦਿਲਾਂ ਦੀਆਂ ਦਿਲਾਂ ਨਾਲ ਨਿਭਦੀਆਂ ਨਾ
ਨਿਭਣ ਕਿਸੇ ਦੇ ਜ਼ੋਰ ਤੇ
ਬਣ ਬੁੱਲ੍ਹਾ ਨੱਚਦਾ ਯਾਰ ਦੇ ਲਈ
ਨਾਮ ਉਹਦੇ ਦੀ ਲੋਰ ਤੇ
ਕਦੇ ਕਦੇ ਯਾਦਾ ਤਾਜ਼ੀਆਂ ਕਰਲਾਂ
ਬਹਿ ਤੇਰੇ ਪਿੰਡ ਦੇ ਮੋੜ ਤੇ

ਤੱਕਦੀਆਂ ਬਹੁਤ ਨੇ ਤੇਰੇ ਵਾਂਗਰ
ਪਰ ਮੈਂ ਹੀ ਅੱਖ ਮਿਲਾਉਂਦਾ ਨਹੀਂ
ਕਦੇ ਕਦੇ ਤੱਕਦਾ ਤਸਵੀਰ ਦੋਵਾ ਦੀ
ਵੇਲਾ ਲੰਘਿਆ ਮੁੜਕੇ ਆਉਂਦਾ ਨਹੀਂ
ਯਾਦ ਤੇ ਉਠਦੇ ਸੌਂਦੇ ਕਰਦਾ
ਪਰ ਵਖਤ ਮੈਂ ਬਹੁਤ ਗਵਾਉਂਦਾ ਨਹੀਂ
ਬੈਠ ਜਾਣਾ ਵਿੱਚ ਮਹਿਫ਼ਿਲ ਅਕਸਰ
ਪਰ ਪੈੱਗ ਤੇਰੀ ਸਹੁੰ ਲਾਉਂਦਾ ਨਹੀਂ
ਕੀਤੇ ਤੂੰ ਤੇ ਤੋੜੇ ਤੂੰ ਵਾਅਦੇ
ਸਾਰੇ ਮੈਂ ਭੁਲਾਉਂਦਾ ਨਹੀਂ
ਕੱਲਿਆਂ ਰੋ ਦਿਲ ਹੌਲਾ ਕਰਲਾਂ
ਕਿਸੇ ਅੱਗੇ ਹੰਝੂ ਦਿਖਾਉਂਦਾ ਨਹੀਂ

ਜੁਦਾਈ ਨਾ ਬਣਜੇ ਇਹ ਦੂਰੀ ਯਾਰਾ
ਫ਼ਰਕ ਕੋਹਾਂ ਦਾ ਸਿਹਾ ਜਾਣਾ ਨਹੀਂ
ਆਵਾਜ਼ ਸਿਵਿਆਂ 'ਚੋ ਮਾਰੀ ਤੇ ਕੀ ਮਾਰੀ
ਉਥੇ ਗਿਆ ਜੋ ਮੁੜਕੇ ਆਉਣਾ ਨਹੀਂ
ਦਿਲ ਲੱਗੀਆਂ ਦੇ ਹੁੰਦੇ ਫੱਟ ਡੂੰਗੇ
ਤੇਥੋ ਇੱਕ ਵੀ ਝੱਲ ਹੋਣਾ ਨਹੀਂ
ਕੁਝ ਪਾਉਣ ਦੀ ਜ਼ਿੱਦ ਤੇ ਸਿਖ ਸਾਥੋ
ਦੁੱਖ ਪੱਲੇ ਅੱਡਕੇ ਪਾਉਣਾ ਨਹੀਂ

ਦੂਰ ਜਾਣਾ ਆਮ ਹੈ ਤੇਰੇ ਲਈ ਮੈਥੋਂ
ਪਰ ਇਹ ਬਹੁਤ ਔਖੇ ਰਾਹ ਨੇ ਮੇਰੇ ਲਈ
ਜਪਦਾ ਰਿਹਾ ਉਸ ਰੱਬ ਦੇ ਵਾਂਗੂ ਰਾਤ ਦਿਨ
ਪਾਕ ਰਹੂਗਾਂ ਤੇਰੇ ਨਾਂ ਹਾਏ ਮੇਰੇ ਲਈ
ਸਭ ਕੀਤਾ ਸੀ ਬਯਾ ਤੂੰ ਫੇਰ ਵੀ ਸਮਝੀ ਨਾ
ਭਰੀ ਵੈਰੀਆਂ ਨੇ ਵੀ ਦਿਲ ਤੋ ਆਹ ਸੀ ਮੇਰੇ ਲਈ
ਭੁੱਲ ਸਕਦਾ ਨਾ ਪਉ ਭੁੱਲਣਾ ਰੂਹ ਦਿਆ ਯਾਰਾ ਓਏ
ਪੂਰੇ ਕਰਨੇ ਮੇਰੀ ਮਾਂ ਦੇ ਚਾਅ ਜੋ ਮੇਰੇ ਲਈ

ਇੱਕ ਵਾਅਦਾ ਤੇਰਾ ਮੇਰਾ ਨੀ
ਆਪਾਂ ਇਕੱਠਿਆਂ ਜਗ ਤੋਂ ਜਾਵਾਂਗੇ
ਮੁਲਕਾਤ ਅਖੀਰ ਓਹੀ ਹੋਣੀ
ਘੁਟ ਗਲਵੱਕੜੀ ਤੈਨੂੰ ਪਾਵਾਂਗੇ
ਸਾਹ ਚੱਲਦੇ ਬੰਦ ਹੋ ਜਾਣੇ ਆਪੇ
ਦੁਆ ਖ਼ੁਦਾ ਅੱਗੇ ਇਹ ਲਾਵਾਂਗੇ
ਸੱਚ ਦੱਸਾਂ ਖਾਦੀ ਜਾਂਦੀ ਨਾ
ਰੋਟੀ ਕੱਠੇ ਬਹਿ ਕੇ ਖਾਵਾਂਗੇ

ਉਹ ਖਿੜੇ ਹੋਏ ਫੁੱਲ ਦੇ ਵਰਗਾ ਚਿਹਰਾ
ਅੱਖਾਂ ਸਾਵੇ ਹੁੰਦਾ ਹਰ ਵੇਲੇ
ਮੈਂ ਗੱਲਾਂ ਕਰਦਾ ਉਹਦੇ ਨਾਲ ਉਹ ਬੋਲਦਾ ਨਹੀਂ
ਮੇਰੇ ਚੰਗੇ ਮਾੜੇ ਐਬ ਸਾਰੇ ਉਹ ਜਾਣਦਾ ਐ
ਪਰ ਮੇਰੀ ਨਾਲ ਉਹ ਦਿਲ ਦੇ ਰਾਜ ਕਿਉਂ ਖੋਲਦਾ ਨਹੀਂ
ਇੰਝ ਲੱਗਦਾ ਮੈਨੂੰ ਦੇਖ ਰਹੀ
ਤਸਵੀਰ ਦੇ ਵਿੱਚੋਂ ਤੂੰ
ਤੈਨੂੰ ਹੱਸਦੀ ਦੇਖ ਤੇ ਮਨ ਨੂੰ ਮੈਂ ਸਮਝਾ ਲੈਣਾ
ਜਦ ਦੂਰ ਹੋਏ ਮੈਂ ਜੀਣ ਦਾ ਵਾਅਦਾ ਕਰਿਆ ਸੀ
ਮੈਂ ਮਰਦਾ ਮਰਦਾ ਅੱਜ ਵੀ ਅੱਲ੍ਹੜੇ ਸਾਹ ਲੈਣਾ
ਉਹ ਸਾਨੂੰ ਹੀ ਪਤਾ ਸਾਡਾ ਕੀ ਰਿਸ਼ਤਾ ਸੀ
ਇਹ ਲੋਕੀ ਗੱਲਾਂ ਕਰਦੇ ਝੂਠੀਆਂ ਸਾਰੀਆਂ ਨੇ
ਇੱਥੇ ਮੁੱਕ ਨੇ ਜਾਂਦੀਆਂ ਅੜੀਆਂ ਨਾਲੇ ਸ਼ਿਕਵੇ ਵੀ
ਇੱਕ ਗਲਤੀ ਕਰਕੇ ਟੁੱਟਦੀਆਂ ਕਿੱਥੇ ਯਾਰੀਆਂ ਨੇ

ਕਰੀਆਂ ਗੱਲਾਂ ਚੇਤੇ ਕਰਕੇ
ਵੇਲੇ ਨੂੰ ਪਛਤਾ ਲੈਣਾ
ਤੇਰੇ ਆਉਣ ਦੀ ਸੂਹ ਨਹੀਂ ਮਿਲਦੀ
ਆਪਣਾ ਮਨ ਸਮਝਾ ਲੈਣਾ
ਅਸੀਂ ਮਿਲਣਾ ਇੱਕ ਦਿਨ ਫਿਰ ਦੁਬਾਰਾ
ਦਿਲ ਚੋਂ ਆਵਾਜ਼ ਜਿਹੀ ਆਉਂਦੀ ਏ
ਤੂੰ ਸੀ ਮੇਰਾ ਖ਼ਵਾਬ ਅਧੂਰਾ
ਬਣਾ ਲੈਣਾ ਕਦੇ ਢਾਅ ਲੈਣਾ
ਇਹ ਰੀਝਾਂ ਟੁੱਟੀਆਂ ਸਾਡੀਆਂ ਜੋ
ਸੁਪਨੇ ਟੁੱਟੇ ਸੀ
ਮੈਂ ਅੱਜ ਵੀ ਸੋਚਦਾ ਮੁੜ ਕੇ ਉਹੀ
ਘੜੀਆਂ ਆਉਣਗੀਆਂ
ਇੰਨੇ ਚਿਰ ਤੋਂ ਦੇਖਣ ਰਾਹ ਤੇਰਾ ਇਹ
ਵਗਦੇ ਹੰਝੂਆਂ 'ਚ
ਜਿਸ ਦਿਨ ਤੂੰ ਮੁੜ ਆਉਣਾ
ਇਹ ਅੱਖਾਂ ਉਸ ਦਿਨ ਸੌਣਗੀਆਂ

ਹਰ ਗਲਤੀ ਦੀ ਸਜ਼ਾ ਹੁੰਦੀ
ਪਰ ਸੱਜਣ ਨਹੀਂਓ ਭੁੱਲੀ ਦੇ
ਮੈਂ ਮੰਨਦਾ ਮੇਲ ਆ ਔਖੇ ਰੱਬਾ

ਸੋਹਣੇ ਮਹਿਲ ਤੇ ਕੱਚੀ ਕੁੱਲੀ ਦੇ
ਹਰ ਵੇਲੇ ਮਿਲਣ ਦੀ ਤਾਂਘ ਰਹਿੰਦੀ
ਰਾਂਝੇ ਬੇਵਸ ਹੋ ਜਾਂਦੇ
ਕੀ ਪਤਾ ਸੀ ਘੋਲ ਕੇ ਜ਼ਹਿਰ
ਮੁਹੱਬਤਾਂ ਜਾਮ ਪਿਆਉਣਗੀਆ
ਇੰਨੇ ਚਿਰ ਤੋਂ ਦੇਖਣ ਰਾਹ ਤੇਰਾ ਇਹ
ਵਗਦੇ ਹੰਝੂਆਂ ਚ
ਜਿਸ ਦਿਨ ਤੂੰ ਮੁੜ ਆਉਣਾ
ਇਹ ਅੱਖਾਂ ਉਸ ਦਿਨ ਸੌਣਗੀਆਂ

ਇਹ ਸਬਰ ਵੀ ਕਰਨਾ ਹੁਨਰ ਹੀ ਆ
ਇਹ ਹਰ ਇਕ ਦੇ ਨਾ ਵੱਸ ਵਿੱਚ ਆ
ਉਹ ਵਜ੍ਹਾ ਹੈ ਮੇਰੇ ਜੀਣੇ ਦੀ
ਮੇਰੀ ਜ਼ਿੰਦਗੀ ਉਹਦੇ ਹੱਥ ਵਿੱਚ ਆ
ਤੇਰੀ ਕਿੱਥੇ ਸੁਣਨੀ ਕਿਸੇ ਨੇ ਆ
ਤੇਰੇ ਦੁੱਖ ਉਹੀ ਬਸ ਜਾਣਦੀ ਏ
ਪਰ ਖਬਰਾਂ ਨਹੀਂ ਕੋਈ ਦਿੰਦਾ ਸੰਘੇਆ
ਉਹਦੇ ਆਉਣ ਦੀਆਂ

ਵੇੜੇ ਵਿੱਚ ਖੇਡਦਾ ਦੇਖਦਾ ਹਾਂ
ਪੁੱਤ ਸਾਡਾ ਸੀ ਜੋ ਖੁਆਬਾਂ ਚ
ਬੂੰਦ ਮਿਲ ਜਾਣੀ ਮੇਰੇ ਹੰਝੂ ਦੀ
ਪੰਜਾਬ ਦੇ ਉਹ ਪੰਜ ਆਬਾਂ ਚ
ਕਿਉਂ ਰਾਹ ਬਦਲ ਦਾ ਬਾਅਦ ਤੇਰੇ
ਰੂਹਾਂ ਤਾਂ ਅੱਜ ਵੀ ਇੱਕ ਹੀ ਨੇ
ਉਹਨੂੰ ਫੜ ਕੇ ਕਲਾਸ ਦਈ
ਸਾਡੇ ਦੋਹਾਂ ਚ ਪਾਇਆ ਫਿਕ ਜੀਹਨੇ

ਕੱਲੇਪਣ ਤੋਂ ਲੱਗੇ ਡਰ ਬੜਾ
ਤੇਰਾ ਸਾਥ ਇਹ ਜ਼ਿੰਦਗੀ ਚਾਹੁੰਦੀ ਏ
ਪਹਿਲੇ ਟੁੱਟੇ ਅਜੇ ਸਮੇਟੇ ਨੀ
ਇਹ ਹੋਰ ਈ ਖਾਅਬ ਸਜਾਉਂਦੀ ਏ
ਤੂੰ ਗਲਤ ਨਹੀਂ ਸੀ ਮੰਨਦਾ ਮੈਂ
ਸਾਡੀ ਕਿਸਮਤ ਦੋਹਾਂ ਦੀ ਮਾੜੀ ਸੀ
ਇੱਕ ਗੱਲ ਦਾ ਸੱਚੀ ਮਾਣ ਬੜਾ
ਸਾਡੀ ਤੇਰੇ ਨਾਲ ਯਾਰੀ ਸੀ

ਰੋਜ਼ ਰੋਜ਼ ਹੀ ਟਾਕਰੇ ਹੋਣੇ ਲਾਜ਼ਮੀ ਹੋ ਗਏ ਸੀ
ਬੋਲ ਅੱਖਾਂ ਨਾਲ ਬੋਲੇ ਦੋਹਾਂ ਦੇ ਦਿਲਾਂ ਨੂੰ ਛੋਹ ਗਏ ਸੀ
ਗੱਲ ਚਲਦੀ-ਚਲਦੀ ਜ਼ਿੰਦਗਿਆ ਦੋ ਤੋਂ ਇੱਕ ਜੋ ਕਰਗੀ ਸੀ
ਗੱਲ ਕਰਨ ਵਾਲੇ ਹੋਏ ਲਾਪਤਾ ਜੋ ਲੱਭੇ ਨੀ
ਅਸੀਂ ਟੁੱਟਦੇ ਟੁੱਟਦੇ ਦੂਰ ਹੋਏ ਇੱਕ ਦੂਜੇ ਤੋਂ
ਖ਼ੁਆਬ ਟੁੱਟੇ ਤੇ ਅਰਮਾਨ ਰਹਿ ਗਏ ਦੱਬੇ ਨੇ

ਜੋ ਪੜ ਲੈਂਦੇ ਸੀ ਅੱਖਾਂ
ਅੱਜ ਕੱਲ ਸੁਣਦੇ ਨਾ ਕਿਸੇ ਦੀ
ਜੋ ਚਿਹਰੇ ਖਿੜੇ ਜਿਹੇ ਰਹਿੰਦੇ ਸੀ
ਸਹਿੰਦੇ ਪੀੜ ਕਿਸ ਹਿੱਸੇ ਦੀ
ਮਜਬੂਰ ਹੋ ਕੇ ਜੇ ਦੂਰ ਹੋਏ
ਕੀ ਪਰਤਣਗੇ
ਅਸੀਂ ਕਮਲੇ ਹੋਕੇ ਬਹਿੰਦੇ ਚੌਂਕ ਦੇ ਗੱਬੇ ਨੀ
ਅਸੀਂ ਟੁੱਟਦੇ ਟੁੱਟਦੇ ਦੂਰ ਹੋਏ ਇੱਕ ਦੂਜੇ ਤੋਂ
ਖਾਬ ਟੁੱਟੇ ਤੇ ਅਰਮਾਨ ਰਹਿ ਗਏ ਦੱਬੇ ਨੇ

ਇੱਕ ਧੀ ਮੈਂ ਲੈ ਕੇ ਪਾਲੂੰਗਾ
ਉਹਨੂੰ ਨਾ ਮੈਂ ਤੇਰਾ ਦਊਂਗਾ
ਹੁਣ ਤੇਰਾ ਹੋ ਕੇ ਰਹਿਣਾ ਯਾਰਾ
ਜਿੰਨੇ ਵੀ ਮੈਂ ਸਾਹ ਲਊਂਗਾ
ਆਪਾਂ ਤਾਂ ਇੱਕ ਹੋਏ ਨਾ
ਮੈਂ ਹੋਰ ਕਿਸੇ ਦਾ ਕੀ ਹੋਊਗਾ
ਕਾਸ਼! ਮੈਂ ਤੈਨੂੰ ਰੋਕ ਲੈਂਦਾ
ਇਸ ਗੱਲ ਨੂੰ ਸਾਰੀ ਜ਼ਿੰਦਗੀ ਰੋਊਗਾ
ਜੰਨਤ ਜਿਹੇ ਸੀ ਪਲ ਤੇਰੇ ਨਾਲ
ਸਵਾਲ ਮੇਰਾ ਤੈਨੂੰ ਤੇ ਰੱਬ ਨੂੰ
ਕਿ ਅਗਲੇ ਜਨਮ ਤੂੰ ਮੇਰੀ ਤੇ ਮੈਂ ਤੇਰਾ ਹੋਊਗਾ

ਮਾਸੂਮ ਚਿਹਰਾ ਤੇ ਸਾਫ਼ ਦਿਲ
ਪਹਿਲੀ ਵਾਰ ਚ ਮੈਨੂੰ ਤੂੰ ਮੋਹ ਲਿਆ ਸੀ
ਅਸੀਂ ਇੱਕ ਹੋਏ ਜਾਂ ਨਹੀਂ ਇਹ ਰੱਬ ਜਾਣਦਾ
ਮੈਂ ਆਪਣਾ ਦਿਲ ਸਿਰਫ ਤੇਰੇ ਨਾਲ ਖੋਲਿਆ ਸੀ
ਤੇਰੀ ਹਰ ਇੱਕ ਸੁਣੀ ਮੈਂ
ਦੱਸ ਮੈਂ ਤੈਨੂੰ ਕੀ ਮਾੜਾ ਬੋਲਿਆ ਸੀ
ਕਿਸ ਨੂੰ ਦੋਸ਼ ਦੇਵਾਂ ਤੇਰੇ ਤੋਂ ਵਿਛੜੇ ਦਾ
ਤੂੰ ਧੋਖਾ ਦਿੱਤਾ ਜਾਂ ਉਸ ਰੱਬ ਨੇ ਤੈਨੂੰ ਮੈਥੋਂ ਖੋ ਲਿਆ ਸੀ

ਆਪਣਾ ਰਿਸ਼ਤਾ ਤੇ ਸਾਨੂੰ ਦੋਵਾਂ ਨੂੰ ਪਤਾ
ਕਿਸੇ ਤੀਜੇ ਨੂੰ ਸਾਡਾ ਕੀ ਭੇਤ ਯਾਰਾ
ਮੁਹੱਬਤ ਦਾ ਨਾ ਸੰਗੀ ਕੋਈ
ਇਹ ਵੈਰੀ ਹੀ ਬਣੇ ਜਹਾਨ ਸਾਰਾ
ਤੂੰ ਕਿਸ ਦੇਸ਼ ਗਿਆ ਨਾ ਪਤਾ ਲੱਗੇ
ਤੈਨੂੰ ਕਿਹੜੇ ਪਾਸਿਓਂ ਆਵਾਜ਼ ਮਾਰਾਂ

ਸੋਚੀ ਜਾ ਤੂੰ ਲੱਖ ਕੇ ਤੈਨੂੰ ਭੁੱਲਗਿਆ ਮੈਂ
ਮੈਨੂੰ ਦੇਖੀ ਅੱਜ ਵੀ ਉਡੀਕ ਤੇਰੀ ਹੀ ਕਰਦਾ ਮੈਂ
ਤੂੰ ਅੱਖਾਂ ਸਾਹਵੇਂ ਹੋਵੇ ਲੁਕਾ ਲਈਏ ਖੁਦ ਨੂੰ
ਮੇਰੇ ਵੇਖ ਨਾ ਲਵੇ ਹਲਾਤ ਇਸੇ ਗੱਲੋਂ ਡਰਦਾ ਮੈਂ
ਤੈਨੂੰ ਮੰਜ਼ਿਲ ਮਿਲ ਗਈ ਉਸਦਿਨ ਤੇ ਮੈਂ ਉਜੜ ਗਿਆ
ਤੈਨੂੰ ਖੁਸ਼ੀਆਂ ਮਿਲੀਆਂ ਰਹਿ ਗਿਆ ਹੋਕੇ ਭਰਦਾ ਮੈਂ

ਚੱਲ ਹੁਣ ਕੁਝ ਪਲਾਂ ਲਈ ਮੁਰਝਾ ਗਏ ਨੇ
ਪਰ ਕਦੇ ਤਾਂ ਖਿਲਦੇ ਸੀ ਨਾ
ਚੱਲ ਛੱਡ ਜੋ ਹੋਇਆ ਸਾਡੇ ਦੋਵਾਂ 'ਚ ਸੀ
ਪਰ ਟੁੱਕੜੇ ਤਾਂ ਦਿਲ ਦੇ ਸੀ ਨਾ
ਵਕਤ ਦਾ ਤੇ ਕਦੇ ਗੌਰ ਹੀ ਨਾ ਕੀਤਾ
ਭੁੱਲ ਘੜੀਆਂ ਆਪਾਂ ਮਿਲਦੇ ਸੀ ਨਾ

ਬਹੁਤ ਔਖੇ ਲੰਘਦੇ ਨੇ ਦਿਨ
ਤੇਰਾ ਮੇਰੇ ਬਿਨ ਸਰਦਾ ਐ ਕਿ ਨਹੀਂ
ਰੋਜ਼ ਹੰਢਾਉਣਾ ਐ ਅੱਗ ਹਿਜਰ ਦੀ
ਤੇਰੇ ਤੇ ਕਹਿਰ ਵਰਦਾ ਐ ਕਿ ਨਹੀਂ
ਮੇਰੇ ਬੋਲਾਂ ਚ ਤੇਰੀ ਖਾਸ ਮਸ਼ਹੂਰੀ ਏ
ਤੇਰੇ ਵੱਲ ਮੇਰਾ ਪਰਦਾ ਐ ਕੇ ਨਹੀਂ
ਬਹੁਤ ਦਿਲ ਕਰਦਾ ਤੇਰੇ ਪਿੰਡ ਆਉਣ ਨੂੰ
ਤੇਰਾ ਵੀ ਦਿਲ ਕਰਦਾ ਐ ਕੇ ਨਹੀਂ

ਚਲੋ ਸਬਰ ਵੀ ਕਰਨਾ ਸਿੱਖ ਲਿਆ ਤੇਰੀ ਮੁਹੱਬਤ ਤੋਂ
ਸਭ ਕੁਝ ਗੁਆ ਕੇ ਮੈਨੂੰ ਆਹ ਇੱਕ ਗੁਣ ਆਇਆ
ਜੋ ਕੀਤਾ ਸੀ ਮੈਂ ਕਿਸੇ ਨਾ ਪਿਛਲੇ ਕਰਮਾਂ 'ਚ
ਉਹੀ ਆਪਣੀ ਜ਼ਿੰਦਗੀ ਦੇ ਮੈਂ ਵਿੱਚ ਪਾਇਆ
ਉਹ ਰਹੇ ਖੁਸ਼ ਜਿੱਥੇ ਵੀ ਹੁਣ ਆਸ ਇਹੀ
ਪਰ ਲੰਘੂ ਕਿੱਦਾਂ ਜ਼ਿੰਦਗੀ ਜੇ ਉਹ ਨਾ ਆਇਆ

ਕਿੱਦਾਂ ਲੰਘਦੇ ਸੀ ਦਿਨ ਸੱਚੀ ਪਤਾ ਹੀ ਨਾ ਲੱਗਿਆ
ਆਪਾਂ ਦੋ ਤੋਂ ਇੱਕ ਹੋਏ ਤੇ ਮੁੜਕੇ ਬਿਖਰ ਗਏ
ਰੋਜ਼ ਸਵੇਰੇ ਤੇਰੀ ਤਸਵੀਰ ਨਾਲ ਗੱਲ ਹੋਵੇ
ਕੌਣ ਕਹਿੰਦਾ ਆਪਾਂ ਦੋਨੇ ਵਿਛੜ ਗਏ
ਹਾਂ ਜਰੂਰੀ ਸੀ ਆਪਾਂ ਦੋਨਾਂ ਦਾ ਦੂਰ ਹੋਣਾ
ਤੈਨੂੰ ਲੱਗਦੇ ਸੀ ਜੋ ਆਪਣੇ ਉਹ ਸਭ ਨਿੱਖਰ ਗਏ
ਕਿੱਥੇ ਇੱਕ ਪਲ ਤੇਥੋ ਵਿਸਰਾ ਸਾਰਾ ਦਿਨ ਹੀਰੇ
ਲੋਕ ਝੂਠ ਬੋਲਦੇ ਕਿ ਆਪਾਂ ਦੋਵੇਂ ਵਿਛੜ ਗਏ

ਹਾਲਤ ਤੇ ਹਾਲਾਤ ਬਿਆਨ ਨਹੀਂ ਕਰ ਸਕਦਾ
ਹੁਣ ਪਤਾ ਲੱਗਿਆ ਬੰਦਾ
ਹਉਕਿਆ ਨਾਲ ਹੀ ਮਰ ਸਕਦਾ
ਜਿਹਦੇ ਨਾਲ ਹਰ ਸਾਹ ਸੋਚਿਆ ਹੋਵੇ
ਉਹਦੇ ਬਿਨਾਂ ਇੰਨੇ ਦਿਨ ਸਰ ਸਕਦਾ
ਕਿਸੇ 'ਚ ਜਾਨ ਪਾ ਕੇ ਤੜਫਾ ਕੇ ਮਾਰਨਾ
ਦੱਸ ਕੋਈ ਪਿਆਰ ਕਰਨ ਵਾਲਾ
ਇਦਾਂ ਵੀ ਕਰ ਸਕਦਾ

ਤੇਰੀ ਮੌਜੂਦਗੀ ਚਾਹੀਦੀ
ਹੋਰ ਕਿਸੇ ਦੀ ਲੋੜ ਨਹੀਂ ਮੈਨੂੰ
ਤੇਰੀ ਸੀਰਤ ਮੋਹ ਕੇ ਲੈ ਗਈ
ਉਂਝ ਹੁਸਨਾ ਦੀ ਕੋਈ ਥੋੜ ਨਹੀਂ ਮੈਨੂੰ
ਦਿਲ ਮੰਨਦਾ ਦਈ ਵਕਤ ਤੂੰ ਮੈਨੂੰ
ਗੱਲ ਕਰਨੇ ਦਾ ਕੋਈ ਜ਼ੋਰ ਨਹੀਂ ਤੈਨੂੰ
ਤੂੰ ਤੇ ਬਸ ਤੂੰ ਹੀ ਯਾਰਾ
ਤੂੰ ਚਾਹੀਦੀ ਕੋਈ ਹੋਰ ਨਹੀਂ ਮੈਨੂੰ

ਰੱਬ ਬਖਸ਼ਦੇ ਮਿਲ ਜਾਂਦੀ ਮੁਹੱਬਤ
ਕਦੇ ਖਰੀਦ ਨਹੀਂ ਹੁੰਦੀ
ਪਿਆਰ ਦੇ ਬਦਲੇ ਪਿਆਰ ਹੀ ਮੰਗਦੀ
ਇਹ ਪੈਸੇ ਦੀ ਮੁਰੀਦ ਨਹੀਂ ਹੁੰਦੀ
ਦਿਲ ਦੇ ਮੈਲੇ ਧੋਖੇ ਖਾਵਣ
ਪਰ ਸੱਚਿਆਂ ਦੀ ਮਿੱਟੀ ਪਲੀਤ ਨਹੀਂ ਹੁੰਦੀ
ਸੱਚੇ ਮਨ ਤੋਂ ਲਾਈਆਂ ਜਿਨ੍ਹਾਂ
ਮੌਤ ਵੀ ਉਹਨਾਂ ਦੀ ਸ਼ਰੀਕ ਨੀ ਹੁੰਦੀ

ਦਿਲ ਤਾਂ ਤੇਰਾ ਵੀ ਨਹੀਂ ਲੱਗਦਾ
ਆਪਣਾ ਹਾਲ ਦਿਖਾਉਂਦੀ ਕਿਉਂ ਨਹੀਂ
ਨਹੀਂ ਰੋਂਦੀ ਯਾਦ ਮੇਰੀ 'ਚ
ਅੱਖ 'ਚ ਅੱਖ ਮਿਲਾਉਂਦੀ ਕਿਉਂ ਨਹੀਂ
ਕਿਸੇ ਹੋਰ ਦਾ ਮਿਲ ਗਿਆ ਪਿਆਰ ਜੇ ਤੈਨੂੰ
ਕਿਸੇ ਗੈਰ ਦਾ ਹੱਥ ਲਵਾਉਂਦੀ ਕਿਉਂ ਨਹੀਂ
ਜੇ ਦਿਲ ਬੱਝਿਆ ਯਾਦ ਮੇਰੀ 'ਚ
ਇੱਕ ਵਾਰੀ ਫੋਨ ਮਿਲਾਉਂਦੀ ਕਿਉਂ ਨਹੀਂ

ਤੈਨੂੰ ਭੁੱਲ ਨਹੀਂ ਸਕਦਾ ਕਦੇ ਵੀ ਤੈਨੂੰ ਤਾਂ ਮਿਲਾਂਗੇ
ਨਹੀਂ ਤਾਂ ਕਦੇ ਤੈਨੂੰ ਕਿਹਾ ਨਹੀਂ ਸੱਚੀ ਹਾਂ ਮਿਲਾਂਗੇ
ਹੁਣ ਤਾਂ ਦੂਰੀ ਪੈ ਗਈ ਪਤਾ ਨਹੀਂ ਕਦ ਮੁੱਕਣੀ
ਜਿਦੇ ਰੱਬ ਨੇ ਚਾਹਿਆ ਤਦ ਆ ਮਿਲਾਂਗੇ
ਹੁਣ ਮੇਰੇ ਹੱਥ ਨਹੀਂ ਡੋਰ ਇਹ ਚੰਦਰੀ ਜ਼ਿੰਦਗੀ ਦੀ
ਪਰ ਵਾਅਦਾ ਰਿਹਾ ਜਿੱਥੇ ਵਿਛੜੇ ਉਸੇ ਰਾਹ ਮਿਲਾਂਗੇ

ਕਹਿ ਦਿੱਤਾ ਭੁੱਲ ਜਾਵਾਂਗੇ
ਕਹਿਣ ਤੇ ਕਰਨ 'ਚ ਫਰਕ ਤਾਂ ਹੁੰਦਾ ਏ
ਕੋਈ ਬੇਗਾਨਾ ਦੂਖਾਵੇ ਦਿਲ ਨੂੰ ਮਾਮੂਲੀ ਗੱਲ ਏ
ਕੋਈ ਆਪਣੇ ਦਿਲ ਦੁਖਾਵੇ ਹਰਖ ਤਾਂ ਹੁੰਦਾ ਏ
ਪਹਿਲਾਂ ਸਾਨੂੰ ਵੀ ਸੀ ਲੱਗਦੀ ਜ਼ਿੰਦਗੀ ਜੰਨਤ ਜਿਹੀ
ਜਦ ਸਹਿਣਾ ਪੈ ਜੇ ਆਪਣੇ ਬਿਨ ਨਰਕ ਤਾਂ ਹੁੰਦਾ ਏ

ਤੇਰੇ ਨਾਲ ਤੇ ਦਿਲ ਤੋਂ ਸੀ
ਉਂਝ ਦਿਖਾਵਾ ਤੇ ਬਹੁਤ ਨੇ ਕੀਤਾ
ਸਾਡੇ ਚ ਦੂਰੀ ਅੜੀਆਂ ਨੇ ਪਾਤੀ
ਨਾ ਰੌਲਾ ਜਾਤ-ਪਾਤ ਦਾ ਨਾ ਤੰਗ ਗੋਤ ਨੇ ਕੀਤਾ
ਅਕਸਰ ਸੁਪਨਿਆ ਚ ਮਿਲਦੀ ਸੀ ਉਹ
ਪਰ ਹੁਣ ਸਵਾਗਤ ਮੌਤ ਨੇ ਕੀਤਾ

ਹਾਲ ਦੱਸ ਕੇ ਕੀ ਮਿਲਣਾ
ਦਿਲਾਸੇ ਜ਼ਿੰਦਗੀ ਜਿਉਣ ਲਈ ਕਾਫੀ ਨਹੀਂ ਆ
ਮੁਹੱਬਤ ਤਾਂ ਬਹੁਤ ਆ ਤੇਰੇ ਨਾਲ
ਜੋ ਗਲਤੀ ਕੀਤੀ ਉਹਦੀ ਮਾਫੀ ਨਹੀਂ ਆ
ਨਹੀਂ ਪੀਤੀ ਮੈਂ ਬਹੁਤ ਚਿਰ ਤੋਂ ਭਾਵੇਂ
ਸਰੂਰ ਮੁਹੱਬਤ ਦਾ ਉਂਝ ਮੈਂ ਸਾਫੀ ਨਹੀਂ ਆ
ਹਾਂ ਜੀਣਾ ਮੁਸ਼ਕਿਲ ਹੈ ਤੇਰੇ ਬਿਨਾ
ਪਰ ਜੋ ਗਲਤੀ ਕੀਤੀ ਉਹਦੀ ਮਾਫੀ ਨਹੀਂ ਆ

ਚੰਗੀ ਨਹੀਂ ਲੱਗਦੀ ਜ਼ਿੰਦਗੀ
ਇਹਨੂੰ ਮੁਕਾ ਦੇ ਤੂੰ
ਬਹੁਤ ਮੈਂ ਜਾਗੀਆਂ ਰਾਤਾਂ
ਮੈਨੂੰ ਸਵਾ ਦੇ ਤੂੰ
ਨਹੀਂ ਲੱਭਣਾ ਮੈਨੂੰ ਕਿਸੇ ਨੇ
ਹੋਰ ਗਵਾ ਦੇ ਤੂੰ
ਲੱਗਦਾ ਨਾ ਹੁਣ ਚਿੱਤ ਤੇਰੀ ਰੱਬਾ ਦੁਨੀਆਂ 'ਚ
ਹੁਣ ਆਪਣੇ ਦੇਸ਼ ਦਾ ਮੇਰਾ ਵੀਜ਼ਾ ਲਵਾ ਦੇ ਤੂੰ

ਹੁਣ ਜਦ ਤੱਕ ਚੱਲਣੇ ਸਾਹ
ਉਦੋ ਤੀਕ ਰਹੂਗੀ ਤੇਰੀ
ਗੱਲ ਤੇਰੇ ਤੱਕ ਸੀ ਯਾਰਾ
ਤੇਰੇ ਤੀਕ ਰਹੂਗੀ ਮੇਰੀ
ਹੁਣ ਤੂੰ ਹੀ ਆਵੇਗੀ ਜਦ ਵੀ
ਸੱਚੀ ਉਡੀਕ ਰਹੂਗੀ ਤੇਰੀ

ਜਿੰਨਾ ਮਰਜ਼ੀ ਜੋੜ ਲਵਾਂ ਹਾਲਾਤਾਂ ਨੂੰ
ਪਰ ਇਹ ਬਸ ਟੁੱਟਦੇ ਜਾ ਰਹੇ ਨੇ
ਸਾਹ ਵੀ ਕੋਈ ਬਹੁਤੇ ਨਹੀਂ ਲੱਗਦੇ
ਰੋਜ਼ ਦੀ ਰੋਜ਼ ਮੁੱਕਦੇ ਹੀ ਜਾ ਰਹੇ ਨੇ
ਇਹਨਾਂ ਕੋਲ ਤੇ ਹੁਸਨ ਦਾ ਜਾਦੂ
ਤਾਹੀ ਸਾਨੂੰ ਲੁੱਟਦੇ ਜਾ ਰਹੇ ਨੇ
ਕੁਝ ਕਰਮ ਤੇ ਕਿਸਮਤ ਮਾੜੀ
ਵਿਛੋੜੇ ਦੇ ਨਰਕ 'ਚ ਸੁੱਟਦੇ ਜਾ ਰਹੇ ਨੇ

ਇਹ ਜਜ਼ਬਾਤ ਸਿਰਫ ਕਾਗਜ਼ਾਂ ਤੇ ਨਹੀਂ
ਬਿਆਨ ਕੀਤੇ ਜਾ ਸਕਦੇ
ਇਹਨਾਂ ਵਿੱਚ ਹਰ ਇੱਕ ਪਲ ਦੀ
ਆਪਣੀ ਭਾਵਨਾ ਆ
ਕਈ ਵਾਰ ਦਿਲ ਕਹਿੰਦਾ
ਛੱਡ ਦੁਨੀਆਂ ਦੀਆਂ ਗੱਲਾਂ ਨੂੰ
ਫਿਰ ਦਿਲ ਤੁਰ ਵੀ ਉਹਨਾਂ ਗੱਲਾਂ ਪਿੱਛੇ ਪੈਂਦਾ
ਇੱਕ ਜੋ ਵਕਤ ਆ ਬਹੁਤ ਬਲਵਾਨ ਆ
ਕੋਈ ਕਿੰਨਾ ਵੀ ਇਸ ਤੋਂ ਜਿੱਤ ਲਵੇ ਇਹ
ਕਿਸੇ ਨਾ ਕਿਸੇ ਮੋੜ ਤੇ ਹਰਾ ਹੀ ਦਿੰਦਾ

ਚਾਹੁਣਾ ਵੀ ਛੱਡ ਦਿੱਤਾ
ਤੇ ਹੁਣ ਆਸ ਵੀ ਮੈਂ ਰੱਖਦਾ ਨਹੀਂ
ਜੋ ਹੋਣਾ ਕੱਲ੍ਹ ਖ਼ੌਰੇ ਕੀ ਹੋਣਾ
ਬੀਤੇ ਕੱਲ੍ਹ ਨੂੰ ਮੈਂ ਤੱਕਦਾ ਨਹੀਂ
ਯਾਦਾਂ ਤੋਂ ਸੱਚੀ ਡਰ ਜਿਹਾ ਲੱਗਦਾ
ਤਾਂ ਹੀ ਫੋਨ ਵੀ ਬਹੁਤਾ ਚੱਕਦਾ ਨਹੀਂ
ਤੇਰੇ ਬਿਨ ਵੀ ਜ਼ਿੰਦਗੀ ਜੀਅ ਰਿਹਾ
ਉਂਝ ਜੀਅ ਤੇਰੇ ਬਿਨ ਸਕਦਾ ਨਹੀਂ

ਬਹੁਤ ਕਿਸਮਤ ਵਾਲਾ ਸਮਝਦਾ ਸੀ ਖੁਦ ਨੂੰ
ਉਹਦਾ ਮੈਨੂੰ ਮਿਲਣਾ ਕੋਈ ਆਮ ਨਹੀਂ ਸੀ
ਪਿਆਰ ਦੀ ਗੱਲ ਕਰਾਂ ਤਾਂ ਅੰਤ ਨਹੀਂ ਕੋਈ
ਪਰ ਦੁਨੀਆਂ ਅੱਗੇ ਸ਼ਰੇਆਮ ਨਹੀਂ ਸੀ
ਉਹ ਤੇ ਮੇਰੇ ਸੋਚਣ ਤੇ ਵੀ ਹੁੰਗਾਰਾ ਭਰਨ ਲੱਗੀ
ਲਿਆ ਹਲੇ ਉਹਦਾ ਨਾਮ ਨਹੀਂ ਸੀ
ਖੌਰੇ ਕਾਹਲ਼ੀ ਸੀ ਉਸ ਕਮਲੀ ਨੂੰ
ਜਲਦੀ ਚਲਗੀ ਪਰ ਪਈ ਅਜੇ ਸ਼ਾਮ ਨਹੀਂ ਸੀ
ਹਾਰ ਕੇ ਮੌਤ ਦੇ ਰਾਹ ਤੁਰ ਪਿਆ ਮੈ
ਪਰ ਇਹ ਮੇਰਾ ਮੁਕਾਮ ਨਹੀਂ ਸੀ

ਟੁੱਟ ਹੀ ਕੁਝ ਇਸ ਤਰ੍ਹਾਂ ਗਿਆ
ਹੁਣ ਮੈਥੋਂ ਜੁੜਿਆ ਨਹੀਂ ਜਾਣਾ
ਬੇਮੁਖ ਤੂੰ ਹੋਈ ਸੀ ਮੇਰੇ ਤੋਂ
ਹੁਣ ਮੈਥੋਂ ਮੁੜਿਆ ਨਹੀਂ ਜਾਣਾ
ਆਪਾਂ ਦੋਵਾਂ ਨੇ ਸੀ ਮੰਜ਼ਿਲ ਮਿਥੀ
ਉਸ ਰਾਹ ਤੇ ਤੁਰਿਆ ਨਹੀਂ ਜਾਣਾ

ਚੰਗੀ ਤੇ ਬਹੁਤ ਸੀ ਉਹ
ਸੋਹਣੀ ਵੀ ਵਾਹਲੀ ਸੀ
ਰੱਬ ਕਿਹੜਾ ਰੂਪ ਤੇ ਜੇਬ ਦੇਖਦਾ
ਬਸ ਆਹੀ ਸੋਚ ਕੇ ਲਾ ਲਈ ਸੀ
ਸ਼ਾਇਦ ਉਹਦੇ ਜਿੰਨਾ
ਕਰੀਬੀ ਕੋਈ ਨਹੀਂ ਸੀ ਮੇਰਾ
ਕਮਲੀ ਹੱਦੋਂ ਵੱਧ ਕੇ ਚਾਹ ਲਈ ਸੀ
ਚਲੋ ਹੁਣ ਅਸੀਂ ਵੀ ਕਹਿਣ ਵਾਲੇ ਬਣਗੇ
ਕਿ ਸਾਡੀ ਜਵਾਨੀ
ਇੱਕ ਅੱਲੜ ਦੇ ਧੋਖੇ ਨੇ ਖਾ ਲਈ ਸੀ

ਸੀ ਜੋ ਅੰਦਰ ਵਸਦਾ ਉਹ ਮਰ ਮੁੱਕਿਆ
ਹੁਣ ਹੋਣੀ ਨਹੀਂ ਮੁਹੱਬਤ ਕਰ ਚੁੱਕਿਆ
ਮੈਂ ਚਾਹ ਵੀ ਨੀ ਕੁਝ ਕਰ ਸਕਦਾ
ਇਹ ਸ਼ਖਸ ਸੱਚੀ ਹੁਣ ਹਰ ਚੁੱਕਿਆ
ਤੇਰੀ ਹੋਂਦ 'ਚ ਮਰਨ ਦਾ ਸੁਪਨਾ ਸੀ ਇੱਕ
ਤੇਰੇ ਪਿੱਛੇ ਦੇਖਲਾ ਮਰ ਮੁੱਕਿਆ
ਅੰਤ ਉਹੀਓ ਗੱਲਾਂ ਨਾਲ ਹੋਣਾ
ਆਈ ਸਿਵੇ ਯਾਰਾ ਨਾ ਤੈਥੋ ਘਰ ਲੁੱਕਿਆ

ਨਾ ਨੀਂਦ ਸੀਆਈ ਸੀ ਚਾਹ ਅਵੱਲਾ
ਗੱਲ ਉਸ ਉਮਰ ਦੀ ਜਦ ਪਿਆਰ ਹੋਣਾ ਸੀ
ਜਿੰਦ ਕੱਚੀ ਸੀ ਕਲੀ ਫੁੱਲਾਂ ਵਰਗੀ
ਸੋਹਲ ਸੁਪਨਿਆਂ ਉੱਤੇ ਵਾਰ ਹੋਣਾ ਸੀ
ਉਹਦੇ ਨਾਲ ਸਾਡਾ ਮੋਹ ਵੀ ਤੁਰ ਗਿਆ
ਨਾਲੇ ਇਸ਼ਕ ਤਾਂ ਬਸ ਇੱਕ ਵਾਰ ਹੋਣਾ ਸੀ

ਪਾਂ ਹੱਥ ਵਿੱਚ ਹੱਥ ਸੀ ਕੀਤੀਆਂ ਗੱਲਾਂ
ਬੋਲ ਕੱਲਾ ਕੱਲਾ ਸੀ ਮੈਨੂੰ ਯਾਦ ਹੋਗਿਆ
ਉਜੜਿਆਂ ਕਿੱਦਾਂ ਪੁੱਛੀ ਕਿਸੇ ਨਾਲਦੀ ਨੂੰ
ਤੈਨੂੰ ਲੱਗਦਾ ਹੋਊ ਆਜ਼ਾਦ ਹੋਗਿਆ
ਤੈਨੂੰ ਦੱਸਦਾ ਸੀ ਜੋ ਤੇਰੇ ਲਈ ਦੇਖੇ ਸੁਪਨੇ
ਸੱਚੀ ਮੁੰਡਾ ਉਹ ਬਰਬਾਦ ਹੋਗਿਆ
ਮੇਰੇ ਆਸਾਂ ਦੇ ਮਹਿਲ ਤਬਾਹ ਹੋਏ
ਛੱਡ ਤੇਰਾ ਤੇ ਸ਼ਹਿਰ ਆਬਾਦ ਹੋਗਿਆ

ਕਹਾਣੀ ਪੜ ਰਿਹਾ ਸੀ ਇਕ ਮੈਂ
ਪਹਿਲੀ ਵਾਰ ਪੜੀ ਅੰਤ ਮਾੜਾ ਸੀ
ਦਿਲ ਦੀ ਤਸੱਲੀ ਲਈ ਫੇਰ ਪੜੀ
ਪਰ ਅੰਤ ਓਸਦਾ ਮਾੜਾ ਹੀ ਰਿਹਾ
ਉਸ ਕਹਾਣੀ ਵਿੱਚ ਸੁਕੂਨ ਹੀ ਬਹੁਤ ਸੀ
ਅੰਤ ਜਾਣਦੇ ਹੋਏ ਵੀ ਮੈਂ ਓਸਨੂੰ ਵਾਰ- ਵਾਰ ਪੜਦਾ ਰਿਹਾ
ਤੇ ਇੱਥੇ ਮੈਂ ਗੱਲ ਕਿਸੇ ਕਹਾਣੀ ਦੀ ਨੀ ਕੀਤੀ...

ਹੁੰਦੇ ਅੰਤ ਨੇ ਮਾੜੇ ਪਿਆਰ ਦੇ
ਹਾਲ ਮੰਦੜੇ ਹੁੰਦੇ ਯਾਰ ਦੇ
ਅੰਦਰੋਂ ਤਾਂ ਟੁੱਟੇ ਹੁੰਦੇ ਆਂ
ਹਾਸੇ ਸੋਹਣੇ ਨੇ ਕਲਾਕਾਰ ਦੇ
ਹੰਝੂ ਬਹਿੰਦੇ ਰਾਤ ਜਦ ਸ਼ਾਂਤ ਹੋਵੇ
ਬੰਦਾ ਟੁੱਟਾ ਸਦਾ ਇਕਾਂਤ ਹੋਵੇ
ਇੱਥੇ ਦੁੱਖ ਤੇ ਹਰ ਕੋਈ ਸੁਣ ਲੈਂਦਾ
ਚੈਨ ਮਿਲਣਾ ਜਦ ਦਿਹਾਂਤ ਹੋਵੇ

ਸੱਚ ਪੁੱਛੇ ਤਾਂ ਖੁਦਾ ਦਾ ਦੂਜਾ ਨਾਮ ਐ ਉਹ
ਮੇਰੀ ਚੜ੍ਹਦੀ ਸਵੇਰ ਤੇ ਢਲਦੀ ਸ਼ਾਮ ਐ ਉਹ
ਮੇਰੇ ਲਈ ਕਿਸੇ ਪੈਗੰਬਰ ਤੋਂ ਘੱਟ ਨਹੀਂ
ਜੋ ਨਹੀਂ ਜਾਣਦੇ ਉਹਨੂੰ ਓਹਨਾਂ ਲਈ ਆਮ ਐ ਉਹ
ਕੁੱਲ ਦੁਨੀਆਂ ਜਿਹਨੂੰ ਜਿਸ ਦੀ ਮੁਹੱਬਤ ਲਈ ਤਰਸਦੀ ਹੈ
ਉਸ ਸ਼ੈਅ ਦਾ ਨਾਮ ਕੋਈ ਹੋਰ ਨਹੀਂ ਮਾਂ ਐ ਉਹ

ਇਕ ਧੀ ਮੈਂ ਲੈਕੇ ਪਾਲੂੰਗਾ ਜਰੂਰ
ਮਾਂ ਦੇ ਪਿਆਰ ਦੇ ਕਦਰ ਕੀ ਹੁੰਦੀ
ਓਸਨੂੰ ਸਿਖਾਲੂੰਗਾ ਜ਼ਰੂਰ
ਕਿਸੇ ਦੀ ਜ਼ਿੰਦਗੀ ਤਬਾਹ ਨਾ ਕਰੀ
ਇਸ਼ਕ ਤੋ ਓਸਨੂੰ ਟਾਲੂੰਗਾ ਜਰੂਰ
ਤੇਰਾ ਨਾਮ ਰੱਖੂ ਤੇ ਪੁੱਤਾਂ ਵਾਂਗ ਪਿਆਰ ਕਰੂ ਓਹਨੂੰ
ਇਕ ਧੀ ਮੈਂ ਲੈਕੇ ਪਲੂੰਗਾ ਜਰੂਰ

ਹਰ ਇੱਕ ਖਵਾਹਿਸ਼ ਪੂਰੀ ਨਹੀਂ ਹੁੰਦੀ
ਮਨ ਦੀ ਹਰ ਸ਼ੈਅ ਮਿਲਣੀ ਵੀ ਜਰੂਰੀ ਨਹੀਂ ਹੁੰਦੀ
ਸਭ ਸੱਜਣ ਵਫਾਦਾਰ ਨਹੀਂ ਹੁੰਦੇ
ਐਵੇਂ ਕਿਸੇ ਪਿੱਛੇ ਲੱਗ ਕਰੀ ਦੀ ਮਸ਼ਹੂਰੀ ਨਹੀਂ ਹੁੰਦੀ

ਕਿਣਕਾ ਔਕਾਤ ਦੇ ਮਾਲਕ ਨੂੰ
ਤੂੰ ਪਲਕਾਂ ਤੇ ਬਠਾਉਂਦੀ ਸੀ
ਸੱਚੀ ਬਹੁਤ ਚੰਗੀ ਲੱਗਦੀ ਸੀ
ਚਾਹੇ ਉੱਪਰੋਂ ਉੱਪਰੋਂ ਚਾਹੁੰਦੀ ਸੀ
ਤੇਰੀ ਆਵਾਜ਼ ਕੋਇਲ ਵਰਗੀ
ਚਾਹੇ ਜਿੱਦਾਂ ਦਾ ਵੀ ਗਾਉਂਦੀ ਸੀ
ਅੱਜ ਗੱਲਾਂ ਬਹੁਤ ਕੀਤੀਆਂ ਤੇਰੀ ਤਸਵੀਰ ਨਾਲ
ਸੱਚੀ ਦਿਲਾਂ ਤੇਰੀ ਯਾਦ ਬੜੀ ਆਉਂਦੀ ਸੀ

ਕੀ ਮੇਰੀਆਂ ਪੱਗਾਂ ਦੇ ਨਾਲ ਸੂਟਾਂ ਦੇ ਰੰਗ
ਮੈਚ ਅੱਜ ਵੀ ਹੁੰਦੇ ਨੇ
ਜਿਹਨੇ ਖੁਆਬਾਂ 'ਚ ਜਨਮ ਲਿਆ
ਕਿ ਤੁਰਨਾ ਸ਼ੁਰੂ ਕਰਤਾ ਮੁੰਡੇ ਨੇ
ਲੱਗਦਾ ਨਵੇਂ ਸੱਜਣ ਸਾਥ ਜਿਹਾ ਛੱਡਗੇ
ਅੱਜ ਕੱਲ ਸਾਡੇ ਖੜਕਦੇ ਕੁੰਡੇ ਨੇ
ਫ਼ਕੀਰਾਂ ਨਾਲ ਚਲਾਕੀ ਗਰੀਬ ਨੂੰ ਮੇਹਣੇ
ਵਾਅਦੇ ਅਮੀਰਾਂ ਦੇ ਬੜੇ ਗਮ ਭਰੇ ਹੁੰਦੇ ਨੇ

ਬਹੁਤ ਸੌਖਾ ਇਹ ਕਹਿਣਾ
ਮੈਂ ਦਿਲ ਤੇ ਨੀ ਲਾਉਂਦਾ
ਨਹੀਂ ਕਰਦਾ ਯਾਦ ਮੈਂ ਤੈਨੂੰ
ਪਰ ਚੈਨ ਵੀ ਨਹੀਂ ਆਉਂਦਾ
ਚਿਹਰੇ ਚਾਹੁੰਦੇ ਲੱਖਾਂ ਮਿਲਣਾ
ਕੋਈ ਮਨ ਨੂੰ ਨਹੀ ਭਾਉਂਦਾ
ਦਿਲ ਭਰਦਾ ਉਂਝ ਕਈ ਵਾਰੀ
ਪਰ ਮੈਂ ਦਿਲ ਤੇ ਨਹੀਂ ਲਾਉਂਦਾ

ਟੁੱਟ ਜਾਣ ਤਾਰਿਆਂ ਵਾਂਗਰ ਸੁਪਨੇ
ਇਸ ਡਰ ਤੋਂ ਚਾਅ ਕੋਈ ਬੁਣਿਆ ਨਹੀ ਸੀ ਮੈਂ
ਤੇਰਾ ਮੇਰੀ ਕਿਸਮਤ 'ਚ ਆਉਣਾ ਭਾਗ ਸੀ ਮੇਰੇ
ਉਂਝ ਤੇਰੇ ਪਿੰਡ ਦਾ ਨਾਂ ਵੀ ਕਦੇ ਸੁਣਿਆ ਨਹੀ ਸੀ ਮੈਂ

ਲੋਕੀ ਗੱਲਾਂ ਦੀ ਰਮਜ਼ ਪੜ੍ਹ ਲੈਂਦੇ ਆ
ਚੱਲ ਫੇਰ ਵੀ ਮੁਹੱਬਤਾਂ ਤੇ ਲਿਖ ਲੈਣੇ ਆ
ਰੰਗ ਦੇ ਪੱਕੇ ਨਾ ਸਾਡੇ ਕਰਮਾਂ ਚ ਹੀਰਾਂ
ਕੋਸ਼ਿਸ਼ ਆਪਾਂ ਵੀ ਕਰ ਇੱਕ ਲੈਣੇ ਆ
ਢੰਗ ਤਰੀਕਾ ਪਿਆਰਾਂ ਦਾ ਕੀ ਏ
ਜੇ ਤੂੰ ਸਿਖਾਉਂਦੀ ਤਾਂ ਸਿਖ ਲੈਣੇ ਆ
ਕੀ ਤੇਰਾ ਚਿਹਰਾ ਕਲਮ ਬਿਆਨ ਕਰੂ ਮੇਰੀ
ਜੋ ਆਉਂਦਾ ਏ ਦਿਲ ਵਿੱਚ ਲਿਖ ਦੇਣੇਂ ਆ